AMAZING
KOREAN

놀라운 한국어

1편 | 600문장으로 한국어 기초 끝내기

학생용

KB220141

 학생용

1편 | 600문장으로
한국어 기초 끝내기

ⓒ 도서출판 경륜 2021

1판 1쇄 발행 2021년 3월 1일
지은이 김광준
펴낸곳 도서출판 경륜
펴낸이 김광준
편집 김광준
디자인 디자인엔트 김석범

등록 제25100-2021-000001호
주소 경북 김천시 혁신8로 66 102동 1501호
전화 010-8331-3928
홈페이지 www.amazingkorean.net
이메일 kkjune2000@gmail.com
ISBN 979-11-973756-0-6
값 22,000원

저작권자의 허락없이 이 책의 일부 또는 전체를 무단 복제, 전재, 발췌하면 저작권법에 의해 처벌을 받습니다.

AMAZING KOREAN

Amazing Korean

惊叹的韩国语

アメージング韓国語

Tiếng Hàn tuyệt vời

Удивительный корейский язык

놀라운 한국어

김광준 지음

학생용

도서출판

경진

놀라운
한국어

머리말

학문, 스포츠, 어학 등 모든 영역에서 가장 중요한 것은 기초입니다. 높은 빌딩을 짓기 위해 기초를 튼튼히 다지듯이 한국어의 의사소통 능력을 키우기 위해서는 무엇보다 튼튼한 한국어 기초가 필요합니다. 한국어 기초는 정확한 발음, 한국인들이 가장 많이 사용하는 약 1,200개의 기본 어휘, 한국어의 기본 문장구조, 한국 사람들이 가장 많이 사용하는 문법 표현들을 익히는 것입니다.

'놀라운 한국어' 교재는 튼튼한 한국어 기초를 목표로 지난 10년간 베트남 다낭 ICLS 어학원에서 수천 명의 베트남 학생들에게 가르쳤던 한국어 기초문법 교재를 영어, 중국어, 일본어, 베트남어, 러시아어권 학생들이 공부할 수 있도록 편집, 보완한 것입니다. '놀라운 한국어' 교재를 통하여 짧은 시간 안에 쉽게 한국어 의사소통 능력을 키울 수 있을 것입니다.

한국어는 쉽습니다. 한국어 문자인 한글은 배우기도 쉽고 발음하기도 어렵지 않습니다. 한국어 읽기, 쓰기, 말하기 또한 마찬가지입니다. 한국어 문장구조와 문법이 간단하기 때문입니다. 한국어의 문장구조와 관형 표현을 익히고 풍부한 어휘 능력을 갖춘다면 아무리 길고 복잡한 문장이라도 다 이해하고 표현할 수 있을 것입니다.

본 교재는 한국어 선생님들과 한국어를 배우려는 외국인 학생들을 위한 수업용 교재로 만들어졌습니다. 이 교재를 효과적으로 사용하는 방법은 은 Youtube, Zoom, 오프라인 강의 등을 통해 교육할 예정입니다(교재 및 교육 관련 문의: kkjune2000@gmail.com). 또한 '놀라운 한국어'는 1편 '600문장으로 한국어 기초 끝내기'를 시작으로 쉽고 빠르게 수준 높은 한국어를 배울 수 있는 교재들을 계속 출판할 예정입니다.

12년 전 하나님의 인도하심으로 한국어 교육을 통하여 베트남 학생들을 섬길 수 있는 영광을 가졌습니다. 제 인생에서 가장 소중한 추억이었습니다. 저와 베트남 학생들에게 한국어 교육은 언어를 가르치고 배우는 이상의 의미가 있었습니다. '놀라운 한국어' 교재가 한국 선생님들과 외국인 학생들을, 그리고 한국과 전 세계 여러 나라를 연결하는 작은 도구가 되기를 기도합니다.

2021년 2월 22일 경북 김천에서 김광준

놀라운
한국어

Contents

1편 | 600문장으로 한국어 기초 끝내기

감사드리는 한국저작가 예전분들께

01

발음

—

	ㅏ	ㅑ	ㅓ	ㅕ	ㅗ	ㅛ	ㅜ	ㅠ	ㅡ	ㅣ
ㄱ	가	갸	거	겨	고	교	구	규	그	기
ㄴ	나	냐	너	녀	노	뇨	누	뉴	느	니
ㄷ	다	댜	더	뎌	도	됴	두	듀	드	디
ㄹ	라	랴	러	려	로	료	루	류	르	리
ㅁ	마	먀	머	며	모	묘	무	뮤	므	미
ㅂ	바	뱌	버	벼	보	뵤	부	뷰	브	비
ㅅ	사	샤	서	셔	소	쇼	수	슈	스	시
ㅇ	아	야	어	여	오	요	우	유	으	이
ㅈ	자	쟈	저	져	조	죠	주	쥬	즈	지
ㅊ	차	챠	처	쳐	초	쵸	추	츄	츠	치
ㅋ	카	캬	커	켜	코	쿄	쿠	큐	크	키
ㅌ	타	탸	터	텨	토	툐	투	튜	트	티
ㅍ	파	퍄	퍼	펴	포	표	푸	퓨	프	피
ㅎ	하	햐	허	혀	호	효	후	휴	흐	히

02 모음1 쓰기

	ㅏ	ㅑ	ㅓ	ㅕ	ㅗ	ㅛ	ㅜ	ㅠ	ㅡ	ㅣ
ㄱ										
ㄴ										
ㄷ										
ㄹ										
ㅁ										
ㅂ										
ㅅ										
ㅇ										
ㅈ										
ㅊ										
ㅋ										
ㅌ										
ㅍ										
ㅎ										

어머니	아버지	누나	나이	아가	아이	여자	부자
mother	**father**	**older sister**	**age**	**baby**	**kid, child**	**woman**	**the rich**
医生	歌手	记者	下午	休假	一天	经常	富人
お母さん	お父さん	お姉さん	年	赤ちゃん	子供	女子	お金持ち
Mẹ	Bố	Chị(em trai gọi)	Tuổi tác	Em bé	Trẻ nhỏ	Con gái	Người giàu
Мать	Отец	Старшая сестра	Возраст	Малыш	Дитя, ребенок	Женщина	Богач
의사	가수	기자	오후	휴가	하루	자주	도시
doctor	**singer**	**reporter**	**afternoon**	**vacation**	**day**	**frequent**	**city**
医生	歌手	记者	下午	休假	一天	经常	都市
医者	歌手	記者	午後	休暇	一日	たびたび	都市
Bác sĩ	Ca sĩ	Kí giả, phóng viên	Buổi chiều	Kì nghỉ	Một ngày	Thường xuyên	Đô thị, thành phố
Доктор	Певец, певица	Репортёр	Время после полудня	Отпуск	День	Часто	Город
아파트	주유소	교수	이사	주소	가구	소포	비누
apartment	**gas Station**	**professor**	**moving**	**address**	**furniture**	**postal package**	**soap**
公共住宅	加油站	教授	搬家	地址	家具	邮包	肥皂
アパート	ガソリンスタンド	教授	引っ越し	住所	家具	小包	石鹸
Căn hộ	Trạm đổ xăng	Giáo sư	Chuyển nhà	Địa chỉ	Đồ nội thất	Bưu phẩm	Bánh xà phòng
Многоквартирный дом	АЗС	Профессор	Переезд	Адрес	Мебель	Посылка	Мыло
우표	치마	바지	구두	모자	머리	이마	이
stamp	**skirt**	**pants**	**shoes**	**hat**	**head**	**forehead**	**tooth**
邮票	裙子	裤子	皮鞋	帽子	脑袋	额头	牙齿
切手	スカート	ズボン	靴	帽子	頭	額	歯
Con tem	Chân váy	Quần	Giày	Mũ	Đầu	Trán	Răng
Почтовая марка	Юбка	Брюки	Туфли	Шапка	Голова	Лоб	Зуб
혀	다리	키	허리	코	포도	바나나	커피
tongue	**leg**	**height**	**waist**	**nose**	**grape**	**banana**	**coffee**
舌头	腿	个头	腰	鼻子	葡萄	香蕉	咖啡
舌	足	背	腰	鼻	ブドウ	バナナ	コーヒー
Lưỡi	Chân	Chiều cao	Eo, hông	Mũi	Quả nho	Quả chuối	Cà phê
Язык	Нога	Рост	Поясница; талия;	Нос	Виноград	Банан	Кофе
피자	소고기	후추	고추	오이	고구마	두부	벼
pizza	**beef**	**black pepper**	**chili**	**cucumber**	**sweet potato**	**tofu**	**rice plant**
披萨	牛肉	胡椒	辣椒	黄瓜	地瓜	豆腐	水稻
ピザ	牛肉	ペッパー	トウガラシ	キュウリ	サツマイも	豆腐	稲
Pizza	Thịt bò	Tiêu	Ớt	Dưa chuột	Khoai lang	Đậu hũ	Cây lúa
Пицца	Говядина	Чёрный перец	Перец	Огурец	Батат	Тофу	Колос
보리	우유	주스	마우스	키보드	라디오	버스	오토바이
barley	**milk**	**juice**	**mouse**	**keyboard**	**radio**	**bus**	**motorcycle**
大麦	牛奶	果汁	嘴	键盘	收音机	巴士	摩托车
麦	牛乳	ジュース	マウス	キーボード	ラジオ	バース	モーターサイクル
Lúa mạch	Sữa	Nước ép trái cây	Chuột (máy tính)	Bàn phím (máy tính)	Radio	Xe buýt	Xe máy
Ячмень	Молоко	Сок	Мышка	Клавиатура	Радио	Автобус	Мотоцикл

도로	차비	거리	사거리	서류	무기	주사	치료
street	toll fee	street	crossroads	document	weapon	syringe	treatment
道路	车费	距离	十字路口	资料	武器	注射	治疗
道路	運賃	ストリート	十字路	書類	武器	注射	治療
Con đường	Tiền tàu xe	Con đường	Ngã tư đường	Tài liệu, hồ sơ	Vũ khí	Ống tiêm, việc tiêm	Trị liệu
Дорога	Плата за проезд	Улица	Перекрёсток	Документ	Оружие	Укол	Лечение
투자	이자	소	사자	하마	오리	바이러스	나무
investment	interest	cow	lion	hippopotamus	duck	virus	tree
投资	利息	牛	狮子	河马	鸭子	病毒	树
投資	利子	牛	獅子	カバ	かも	ウイルス	木
Đầu tư	Tiền lãi	Con bò	Sư tử	Hà mã	Con vịt	Virus	Cây cối
Инвестиции	Процентная прибыль	Корова	Лев	Бегемот	Duck	Вирус	Дерево
소나무	바다	호수	바위	파도	기후	비	우기
pine tree	sea	lake	rock	wave	weather	rain	rainy season
松树	大海	湖水	岩石	浪涛	气候	雨	雨季
松	海	湖	岩	波	気候	雨	雨期
Cây thông	Biển cả	Hồ nước	Tảng đá	Làn sóng (biển)	Khí hậu	Mưa	Mùa mưa
Сосна	Море	Озеро	Валун, камень	Волна	Климат	Дождь	Сезон дождей
호주	비자	수도	하노이	시드니	자카르타	파리	로마
Australia	visa	Capital	Hanoi	Sydney	Jakarta	Paris	Rome
澳洲	签证	首都	河内 (越南首都)	悉尼	雅加达 (印度尼西亚首都)	巴黎	罗马
オーストラリア	ビザ	首都	ハノイ	シドニー	ジャカルタ	パリ	ローマ
Úc	Visa	Thủ đô	Hà Nội	Sydney	Jakarta	Paris	Roma (La Mã)
Австралия	Виза	Столица	Ханой	Сидней	Джакарта	Париж	Рим
지구	우주	부피	거리	크기	나	너	우리
earth	universe	volume	distance	size	I	you	we
地球	宇宙	体积	距离	大小	我	你	我们
地球	宇宙	かさ	距離	サイズ	私	あなた	私たち
Địa cầu (Trái đất)	Vũ trụ	Thể tích	Cự li	Độ lớn, kích cỡ	Tôi	Bạn	Chúng tôi, chúng ta
Земля	Вселенная, космос	Объём	Расстояние	Размер	Я	Ты	Мы
그	그녀	여기	저기	거기	하나	이	사
he	she	here	there	there	one	two	four
他	她	这里	那里	那里	一	二	四
彼	彼女	ここ	あそこ	そこ	いち	に	し、よん
Anh ấy	Cô ấy	Ở đây	Đằng kia	Đằng đó	Một	Hai	Bốn
Он	Она	Здесь	Вон там	Там	Один	Два	Четыре
오	구	차이	포기	비교	실수	자유	그리고
five	nine	difference	abandon	comparison	mistake	freedom	and
五	九	差异	放弃	比较	失误	自由	并且，然后
ご	きゅう	差	放棄	比較	過ち	自由	そして
Năm	Chín	Sự khác biệt	Từ bỏ, bỏ cuộc	So sánh	Lỗi lầm	Tự do	Và
Пять	Девять	Разница	Отказ, отречение	Сравнение	Оплошность	Свобода	и, также

그러나	그러므로	자	도마	모르다	나머지	이야기	소리
but	**therefore**	**ruler**	**cutting board**	**do not know**	**remainer**	**story**	**sound**
但是	因此	尺子	菜板	不知道	剩余	故事	声音
しかし	だから	スケール	まな板	知らない	残り	話	音
Nhưng	Do đó	Thước kẻ	Cái thớt	Không biết	Còn lại	Câu chuyện	Âm thanh
Но, однако	Вследствие этого, поэтому	Линейка	Кухонная доска	Не знать	Остальное, оставшийся	Рассказ	Звук
다치다	아프다	고치다	이기다	지다	가다	오다	다니다
hurt	**hurt**	**fix**	**win**	**lose**	**go**	**come**	**go**
受伤	疼痛	修理，治疗	赢	输	去	来	来往，去
傷つく	痛い	直す	勝つ	負ける	行く	来る	通う
Bị thương	Đau	Sửa chữa	Chiến thắng	Thua cuộc	Đi	Đến	Đi lại, theo học, đi làm
Пораниться	Болеть	Ремонтировать	Выигрывать	Проигрывать	Идти	Приходить	Ходить, посещать
기다리다	고르다	사다	부르다	나누다	주다	마시다	버리다
wait	**select**	**buy**	**call**	**divide**	**give**	**drink**	**throw away**
等待	选择	买	呼唤，唱	分	给	喝	丢掉
待つ	選ぶ	買う	呼ぶ	分ける	あげる	飲む	捨てる
Chờ đợi	Lựa chọn	Mua	Gọi, kêu	Chia sẻ, phân chia	Cho, tặng	Uống	Vứt, bỏ
Ждать	Выбирать	Покупать	Звать	Делить, разделять	Давать	Пить	Выбросить
가르치다	보다	쓰다	지우다	어리다	느리다	다르다	나쁘다
teach	**see, watch**	**write**	**erase**	**young**	**slow**	**different**	**bad**
教，指导	看，读	写	擦掉	幼小	缓慢	不同	坏，糟糕
教える	見る	書く	消す	若い	遅い	違う	悪い
Dạy dỗ	Nhìn, xem	Viết	Tẩy, xóa	Trẻ tuổi	Chậm	Khác biệt	Xấu
Учить, обучать	Видеть, смотреть	Писать	Стирать, стереть	Молодой	Медленный	Разный, различный	Плохой
바르다	흐르다	지나가다	하다	타다	자다	차다	크다
put on, apply	**flow**	**pass**	**do**	**ride**	**sleep**	**kick**	**big**
涂抹	阴沉	经过，度过	做（进行某动作）	乘，骑，爬	睡	踢，踹	大
塗る	流れる	過ぎる	する	乗る	寝る	蹴る	大きい
Bôi	Trôi	Đi qua	Làm	Cưỡi, lên xe	Ngủ	Đá	To lớn
Нанесите	Течь	Проходить	Делать	Ехать; садиться на что-либо	Спать	Ударять ногой, пинать	Большой

04 모음2

	ㅐ	ㅔ	ㅒ	ㅖ	ㅢ	ㅟ	ㅘ	ㅝ	ㅚ	ㅙ	ㅞ
ㄱ	개	게	걔	계	긔	귀	과	궈	괴	괘	궤
ㄴ	내	네	냬	녜	늬	뉘	놔	눠	뇌	놰	눼
ㄷ	대	데	댸	뎨	듸	뒤	돠	둬	되	돼	뒈
ㄹ	래	레	럐	례	릐	뤼	롸	뤄	뢰	뢔	뤠
ㅁ	매	메	먜	몌	믜	뮈	뫄	뭐	뫼	뫠	뭬
ㅂ	배	베	뱨	볘	븨	뷔	봐	붜	뵈	봬	붸
ㅅ	새	세	섀	셰	싀	쉬	솨	숴	쇠	쇄	쉐
ㅇ	애	에	얘	예	의	위	와	워	외	왜	웨
ㅈ	재	제	쟤	졔	즤	쥐	좌	줘	죄	좨	줴
ㅊ	채	체	챼	쳬	츼	취	촤	춰	최	쵀	췌
ㅋ	캐	케	컈	켸	킈	퀴	콰	쿼	쾨	쾌	퀘
ㅌ	태	테	턔	톄	틔	튀	톼	퉈	퇴	퇘	퉤
ㅍ	패	페	퍠	폐	픠	퓌	퐈	풔	푀	퐤	풰
ㅎ	해	헤	햬	혜	희	휘	화	훠	회	홰	훼

05 모음2 쓰기

	ㅐ	ㅔ	ㅒ	ㅖ	ㅢ	ㅟ	ㅘ	ㅝ	ㅚ	ㅙ	ㅞ
ㄱ											
ㄴ											
ㄷ											
ㄹ											
ㅁ											
ㅂ											
ㅅ											
ㅇ											
ㅈ											
ㅊ											
ㅋ											
ㅌ											
ㅍ											
ㅎ											

자매	아내	사위	데이트	후배	화가	배우	웨이터
sister	wife	son-in-law	date	junior	artist	actor	waiter
姊妹	妻子	女婿，姑爷	约会	后辈	画家	演员	服务生
姉妹	妻	婿	デート	後輩	画家	俳優9	ウエータ
Chị em gái(ti muội)	Vợ	Con rể	Hẹn hò	Hậu bối	Họa sĩ	Diễn viên	Nam bồi bàn
Сёстры	Жена	Зять	Свидание	Тот	Художник	Актёр	Официант
어제	모레	매주	과거	미래	새해	가게	교회
yesterday	the day after tomorrow	every week	past	future	new year	store	church
昨天	后天	每周	过去	未来	新年	店铺	教会
昨日	あさって	每週	過去	未来	新年	店	教会
Hôm qua	Ngày mốt	Hàng tuần	Quá khứ	Tương lai	Năm mới	Cửa hàng	Nhà thờ
Вчера	Послезавтра	Каждую неделю	Прошедшее	Будущее	Новый год	Магазин	Церковь
카페	휴게소	메모	교과서	사회	의자	세수	샤워
cafe	rest area	memo	textbook	society	chair	wash	shower
咖啡厅	休息站	便条	教科书	社会	椅子	洗漱	洗澡
カフェー	休憩所	メモ	教科書	社会	いす	洗面	シャワー
Quán cà phê	Trạm nghỉ chân	Sự ghi chú	Sách giáo khoa	Xã hội	Cái ghế	Sự rửa mặt	Sự tắm rửa
Кафе	Место отдыха на трассе	Записка	Учебник	Общество	Стул	Умывание	Душ
세제	무늬	시계	카메라	휴지	위	폐	세포
detergent	pattern	watch	camera	paper towel	stomach	lung	cell
洗涤剂	纹理	钟表	摄像机	手纸	胃部	肺部	细胞
洗剤	柄	時計	カメラ	ティッシュ	胃	肺	細胞
Chất tẩy rửa	Hoa văn	Đồng hồ	Camera	Giấy vệ sinh	Dạ dày	Phổi	Tế bào
Моющее средство	Узор	Часы	Фотоаппарат	Рулон бумаги туалетной	Желудок	Лёгкие	Клетка
귀	배	사과	배	케이크	메뉴	과자	스파게티
ear	belly/abdomen	apple	pear	cake	menu	chips	spaghetti
耳朵	腹部	苹果	梨	蛋糕	菜单	点心	意大利面
耳	腹	りんご	ナシ	ケーキ	メニュー	お菓子	スパゲッティ
Tai	Bụng	Quả táo	Quả lê	Bánh kem	Thực đơn	Bánh ngọt, bim bim	Spaghetti
Ухо	Живот, брюшная полость	Яблоко	Груша	Торт	Меню	Печенье	Спагетти
카레	야채	채소	배추	돼지고기	배	회사	회의
curry	vegetable	vegetable	cabbage	pork	ship	company	meeting
咖喱	蔬菜	蔬菜	白菜	牛肉	船	公司	会议
カレー	野菜	野菜	ハクサイ	豚肉	船	会社	会議
Món cà ri	Các loại rau	Rau củ	Cải thảo	Thịt lợn	Tàu thuyền	Công ty	Cuộc họp
Карри	Зелень, овощи	Овощи	Пекинская капуста	Свинина	Судно, лодка	Компания	Совещание
해외	내과	외과	피부과	치과	소아과	마취	가래
abroad	medicine	surgery	dermatology	dentist	pediatrics	anesthesia	phlegm
海外	内科	外科	皮肤科	齿科	小儿科	麻醉	痰
海外	内科	外科	皮膚科	歯科	小児科	麻酔	痰
Hải ngoại (nước ngoài)	Khoa nội	Khoa ngoại	Khoa da liễu	Nha khoa	Khoa nhi	Sự gây mê	Đờm
Зарубеж	Терапевтические отделение	Хирургия	Дерматология	Стоматология	Педиатрия	Анестезия	Мокрота

재채기	조제	소화제	위	아래	뒤	배구	테니스
sneeze	pharmacy	peptic	up	down	back	volleyball	tennis
喷嚏	调配	消化药	上面	下面	后面	排球	网球
くしゃみ	調剤	消化剤	上	下	後ろ	バレーボール	テニス
Sự hắt hơi	Sự điều chế, pha chế	Thuốc tiêu hóa	Trên	Dưới	Sau	Bóng chuyền	Tennis
Чихание	Приготовление лекарства	Средство для стимуляции пищеварения	Вверх	Внизу	Позади	Волейбол	Теннис
취미	스케이트	예매	노래	세배	부채(빚)	지폐	화폐
hobby	skate	ticketing	song	new year's greeting	debt	bill/note	currency
爱好	溜冰	预售	歌曲	拜年	负债	纸币	货币
趣味	スケート	前売り	歌	年始回り	借金	さつ	貨幣
Sở thích	Trượt băng	Mua trước	Bài hát	Cúi lạy chào năm mới	Món nợ	Tiền giấy	Tiền tệ
Хобби	Коньки, ролики	Бронирование билетов	Песня	Поклон, которым приветствуют старших в Новый год по лунному календарю	Задолженность (долг)	Купюра, банкнота	Валюта
계좌번호	쥐	돼지	개구리	새	개미	새우	개
account number	mouse	pig	frog	bird	ant	shrimp	dog
账号	老鼠	猪	青蛙	小鸟	蚂蚁	虾	大狗，犬
口座番号	ねずみ	豚	カエル	鳥	アリ	エビ	犬
Số tài khoản	Con chuột	Con lợn	Con ếch	Con chim	Con kiến	Con tôm	Con chó
Номер банковского счёта	Мышь	Свинья	Лягушка	Птица	Муравей	Креветка	Собака
게	파래	조개	고래	대나무	무지개	예보	아메리카
crab	green laver	shell	whale	bamboo	rainbow	forecast	America
螃蟹	海青菜	贝壳，蛤蜊	鲸鱼	竹子	彩虹	预报	美洲
カニ	アオノリ	貝	クジラ	竹	虹	予報	アメリカ
Con cua	Tảo biển	Nghêu/Ốc	Cái voi	Cây tre	Cầu vồng	Dự báo	Châu Mĩ
Краб	Сушёное морское растение	Моллюск	Кит	Бамбук	Радуга	Прогноз погоды	Америка
위도	세계	캐나다	타이베이	해	고체	기체	무게
latitude	world	Canada	Taipei	sun	solid	gas	weight
纬度	世界	加拿大	台北	太阳	固体	气体	重量
緯度	世界	カナダ	台北	太陽	固体	気体	重さ
Vĩ độ	Thế giới	Canada	Đài Bắc	Mặt trời	Thể rắn	Thể khí	Cân nặng
Широта	Весь мир	Канада	Тайбэй	Солнце	Твёрдое тело	Газообразное тело	Вес
너희	위기	실패	화	위로	기회	최고	차례(순서)
you	crisis	failure	anger	comfort	chance	best	order
你们，诸位	危机	失败	怒气	慰问	机会	最高	顺序
あなたたち	危機	失敗	怒り	慰労	機会	一番	順番
Các bạn	Nguy cơ, khủng hoảng	Thất bại	Sự giận giữ	Sự an ủi	Cơ hội	Tốt nhất, cao nhất	Thứ tự, lượt
Вы	Кризис	Неудача	Злость	Утешение	Шанс	Наилучший	Очерёдность (очередь)
취소	태도	그래서	게다가	가위	제주도	대구	대화
cancel	attitude	so	in addition	scissors	Jeju Island	Dae-Gu	conversation
取消	态度	所以	而且，同时	剪子	济州岛	大邱	对话
キャンセル	態度	それで	さらに	はさみ	チェジュド	テグ	対話
Sự hủy bỏ	Thái độ	Cho nên	Ngoài ra, thêm vào đó	Cái kéo	Đảo Jeju	Dae-gu	Cuộc hội thoại
Отмена	Поведение, манера	И так, стало быть, поэтому	К тому же	Ножницы	Остров Чеджу	Дегу	Беседа, разговор

얘기(이야기)	쉬워요	더워요	게으르다	세다	화려하다	오래되다	되다
story	**easy**	**hot**	**lazy**	**strong**	**splendid/fancy**	**old**	**become**
聊天，故事	简单	热	懒惰	健壮，强烈，数	华丽，丰富	很久	成为，变成
話	やすい	暑い	怠惰だ	強い	派手	古い	なる
Câu chuyện	Dễ dàng	Nóng bức	Lười biếng	Mạnh mẽ	Hoa lệ, sặc sỡ	Lâu đời, cũ	Trở thành
Рассказ; разговор	Легко	Жарко	Ленивый	Сильный	Роскошный, яркий	Давний, устаревший	Становиться
배우다	**내리다**	**보내다**	**내다**	**이해하다**	**소개하다**	**노래하다**	**내려가다**
learn	**come down/descend**	**send**	**pay**	**understand**	**introduce**	**sing**	**go down**
学习，效仿	下落，下（车）	邮寄，传送，度过	交，完成	理解	介绍	唱歌	下(楼)，返（乡）
学ぶ	降りる	送る	出す	理解する	紹介する	歌う	下る
Học tập	Rơi xuống, giảm xuống	Gửi	Trả	Hiểu	Giới thiệu	Hát hò	Đi xuống
Изучать	Спускать	Отправлять	Платить	Понимать	Знакомиться	Петь	Спускаться
데려오다	**매다**	**메다**	**사귀다**	**쉬다**	**지내다**	**태어나다**	**튀기다**
bring	**tie**	**carry/get choked**	**make friend**	**rest**	**pass/spend**	**be born**	**splash**
带来	系	背，堵住	交往	休息	通过，度过	出生	油炸
連れてくる	縛る	詰まる	付き合う	休む	暮らす	生まれる	揚げる
Đưa đến	Thắt, buộc	Đeo, mang	Kết bạn, làm quen	Nghỉ ngơi	Trải qua	Được sinh ra	Bắn, văng(nước)
Проводить с собой	Завязывать	Носить	Дружить	Отдыхать	Проводить, жить	Родиться	Жарить (в масле)
재다	**세다**	**세우다(주차)**	**초대하다**	**매일**	**뇌**	**화요일**	**왜**
measure	**count**	**park**	**invite**	**everyday**	**brain**	**Tuesday**	**why**
测量	计算	停车	招待	每天	脑	星期二	为什么
計る	数える	止める	招待する	每日	脳	火曜日	なぜ
Đo lường	Đếm	Đậu, đỗ xe	Mời	Hàng ngày	Não	Thứ ba	Vì sao
Мерить; взвешивать	Считать	Остановить, парковаться	Приглашат	Каждый день	Мозг	Вторник	Почему

07 쌍자음

	ㄱ	ㄲ	ㅋ	ㄷ	ㄸ	ㅌ	ㅂ	ㅃ	ㅍ	ㅅ	ㅆ	ㅈ	ㅉ	ㅊ
ㅏ	가	까	카	다	따	타	바	빠	파	사	싸	자	짜	차
ㅑ	갸	꺄	캬	댜	땨	탸	뱌	뺘	퍄	샤	쌰	쟈	쨔	챠
ㅓ	거	꺼	커	더	떠	터	버	뻐	퍼	서	써	저	쩌	처
ㅕ	겨	껴	켜	뎌	뗘	텨	벼	뼈	펴	셔	쎠	져	쪄	쳐
ㅗ	고	꼬	코	도	또	토	보	뽀	포	소	쏘	조	쪼	초
ㅛ	교	꾜	쿄	됴	뚀	툐	뵤	뾰	표	쇼	쑈	죠	쬬	쵸
ㅜ	구	꾸	쿠	두	뚜	투	부	뿌	푸	수	쑤	주	쭈	추
ㅠ	규	뀨	큐	듀	뜌	튜	뷰	쀼	퓨	슈	쓔	쥬	쮸	츄
ㅡ	그	끄	크	드	뜨	트	브	쁘	프	스	쓰	즈	쯔	츠
ㅣ	기	끼	키	디	띠	티	비	삐	피	시	씨	지	찌	치
ㅐ	개	깨	캐	대	때	태	배	빼	패	새	쌔	재	째	채
ㅔ	게	께	케	데	떼	테	베	뻬	페	세	쎄	제	쩨	체
ㅒ	걔	깨	컈	댸	떄	턔	뱨	뺴	퍠	섀	썌	쟤	쨰	챼
ㅖ	계	꼐	켸	뎨	뗴	톄	볘	뼤	폐	셰	쎼	졔	쪠	쳬
ㅢ	긔	끠	킈	듸	띄	틔	븨	쁴	픠	싀	씌	즤	쯰	츼
ㅟ	귀	뀌	퀴	뒤	뛰	튀	뷔	쀠	퓌	쉬	쒸	쥐	쮜	취
ㅘ	과	꽈	콰	돠	똬	톼	봐	뽜	퐈	솨	쏴	좌	쫘	촤
ㅝ	궈	꿔	쿼	둬	뚸	퉈	붜	뿨	풔	숴	쒀	줘	쭤	춰
ㅚ	고	꾀	쾨	되	뙤	퇴	뵈	뾔	푀	쇠	쐬	죄	쬐	최
ㅙ	괘	꽤	쾌	돼	뙈	퇘	봬	뽸	퐤	쇄	쐐	좨	쫴	쵀
ㅞ	궤	꿰	퀘	뒈	뛔	퉤	붸	쀄	풰	쉐	쒜	줴	쮀	췌

	ㄱ	ㄲ	ㅋ	ㄷ	ㄸ	ㅌ	ㅂ	ㅃ	ㅍ	ㅅ	ㅆ	ㅈ	ㅉ	ㅊ
ㅏ														
ㅑ														
ㅓ														
ㅕ														
ㅗ														
ㅛ														
ㅜ														
ㅠ														
ㅡ														
ㅣ														
ㅐ														
ㅔ														
ㅒ														
ㅖ														
ㅢ														
ㅟ														
ㅘ														
ㅝ														
ㅚ														
ㅙ														
ㅞ														

쌍자음 단어

오빠	아빠	쓰레기	도끼	어깨	뼈	찌개	토끼
older brother	**dad/father**	**garbage**	**axe**	**shoulder**	**bone**	**stew**	**rabbit**
哥哥（妹妹）	爸爸	垃圾	斧头	肩部	骨头	汤	兔子
お兄さん	パパ	ごみ	斧	肩	骨	スープ	ウサギ
Anh trai (em gái gọi)	Bố	Rác	Cái rìu	Vai	Xương	Canh (dạng hầm)	Con thỏ
Старший брат	Отец/папа	Мусор	Топор	Плечо	Кость	Stew	Кролик, заяц
코끼리	뿌리	때때로	빠르다	바쁘다	예쁘다	싸다	비싸다
elephant	**root**	**sometimes**	**fast**	**busy**	**beautiful**	**cheap**	**expensive**
大象	根部	偶尔	快速	忙	漂亮	便宜	贵
像	根	たまに	早い	忙しい	綺麗だ	安い	高い
Con voi	Rễ (cây)	Thỉnh thoảng	Nhanh chóng	Bận rộn	Xinh đẹp	Rẻ	Đắt đỏ
Слон	Корень	Порой, время от времени	Быстрый	Быть занятым, занятый	Красивый, милый	Дешёвый	Дорогой, дорогостоящий
기쁘다	짜다	(맛이) 쓰다	쓰다	끄다	꾸다	깨다	뜨다
glad	**salty**	**bitter**	**write**	**turn off**	**borrow**	**break**	**float**
高兴	咸	（味道）苦	写	关掉	借用	醒来	漂浮
嬉しい	塩辛い	苦い	書く	消す	借りる	割る	浮かぶ
Vui	Mặn	Đắng	Viết	Tắt	vay mượn	Đập vỡ	Nổi, lơ lửng
Радоваться	Солёный	Горький (о вкусе)	Писать	Выключить	Видеть сон	Разбивать	Плавать по воде
느끼다	싸우다	바꾸다	(짐을) 싸다	떠나다	뛰다	미끄러지다	빠지다
feel	**fight**	**exchange**	**pack**	**leave**	**run, jump**	**slip**	**fall**
感觉	吵架	交换	（行李）打包	离开	跑步，跳	滑倒	漏掉
感じる	あらそう	変える	荷造り	立つ、出る	走る、ジャンプ	滑る	陥る
Cảm nhận	Cãi vã, chiến đấu	Thay đổi	Thu xếp, gói ghém đồ đạc	Rời đi, bỏ đi	Chạy, nhảy	Trượt (chân)	Rơi, mắc vào
Чувствовать	Драться, биться, ссориться	Менять, обменивать	Паковать (багаж)	Покидать, отправляться	Прыгать; бегать	Поскользнуться	Падать, упасть
따다	찌다	빼다	꼬마	때리다	씨		
pick	**steam**	**take out/subtract**	**boy**	**hit**	**seed**		
摘	蒸	排除	小家伙	打	种子		
取る	ふかす	抜く	ちび	殴る	種		
Hái, ngắt	Hấp	Lấy ra/Trừ	Cậu bé	Đánh	Hạt giống		
Рвать	Готовить на пару	Вынимать; вычитать	Маленький мальчик	Бить, ударять, хлестать	Семена		

가족	약사	약국	음악가	저녁	새벽	추석	주택
family	pharmacist	pharmacy	musician	evening	dawn	korean thanksgiving day	house
家庭	药剂师	药店	音乐家	晚上，晚饭	凌晨	中秋	住宅
家族	薬事	薬局	音楽家	夕方	晩	お盆	住宅
Gia đình	Dược sĩ	Hiệu thuốc	Nhạc sĩ	Buổi tối	Sáng sớm	Trung thu	Nhà ở
Семья	Фармацевт, аптекарь	Аптека	Музыкант	Вечер	Рассвет, заря	Чусок	Жилой дом, жилище
역	기숙사	우체국	학교	대학교	개학	과목	역사
station	dormitory	post office	school	college/university	beginning of school	subject	history
站	宿舍	邮寄	学校	大学	开学	科目	历史
駅	寮	郵便局	学校	大学校	始業日	科目	歴史
Ga	Kí túc xá	Bưu điện	Trường học	Trường đại học	Khai giảng, khai trường	Môn học	Lịch sử
Станция	Общежитие	Почта	Школа	Университет	Начало нового учебного года (четверти)	Предмет, дисциплина	История
화학	수학	숙제	지각	규칙	교육	학사	석사
chemistry	mathematics	homework	late/tardy	rule	education	bachelor	master
化学	数学	作业	迟到	规则	教育	学士	硕士
化学	数学	宿題	遅刻	規則	教育	学士	修士
Hóa học	Toán học	Bài tập về nhà	Đi muộn	Quy tắc	Giáo dục	Cử nhân	Thạc sĩ
Химия	Математика	Домашнее задание	Опоздание	Правило	Образование	Бакалавр	Магистр
박사	유학	학기	부엌	식탁	외식	목욕	약속
doctor	study abroad	semester	kitchen	dining table	eat out	bath	promise
博士	留学	学期	厨房	饭桌	外餐	洗澡（沐浴）	约定
博士	留学	学期	台所	食卓	外食	湯入り	约束
Tiến sĩ	Du học	Học kì	Nhà bếp	Bàn ăn	Ăn ngoài	Việc tắm rửa	Lời hứa hẹn
Докторская степень	Обучение за рубежом	Семестр	Кухня	Кухонный стол	Есть не дома (в ресторане, кафе)	Купание	Обещание
바닥	치약	택배	책	내복	축구화	넥타이	목도리
floor	toothpaste	delivery	book	underwear	soccer shoes	neck tie	scarf/muffler
地面	牙膏	快递	书	内衣	足球鞋	领带	围巾
底	歯磨き	宅配	本	下着、肌着	サッカーシューズ	ネクタイ	マフラー
Sàn (nhà), mặt đất	Kem đánh răng	Chuyển phát	Sách	Quần áo lót	Giày bóng đá	Cà vạt	Khăn quàng cổ
Пол	Зубная паста	Служба доставки	Книга	Тёплое нижнее бельё	Бутса	Галстук	Шарф
턱	목	식도	시력	수박	깍두기	국수	떡
chin	neck	throat	vision	watermelon	diced radish kimchi	noodle	rice cake
下巴	脖子	食道	视力	西瓜	腌萝卜块	面条	打糕
顎	首	食道	視力	すいか	カクトウギ	そば	もち
Cằm	Cổ	Thực quản	Thị lực	Dưa hấu	Kimchi củ cải	Mì sợi	Bánh gạo
Подбородок	Шея	Пищевод	Зрение	Арбуз	Ккактуги	Лапша	Рисовый хлебец
떡볶이	도시락	국	낙지	맥주	녹차	세탁기	복사기
seasoned bar rice cake	packed lunch	stew	octopus minor	beer	green tea	washer	copier
炒年糕	便当	汤	八脚鱼	啤酒	绿茶	洗衣机	复印机
トッポッキ	弁当	汁	タコ	ビール	グリーンティー	洗濯機	コピー機
Bánh gạo cay	Cơm hộp	Canh	Bạch tuộc nhỏ	Bia	Trà xanh	Máy giặt	Máy photo
Ттокпокки	Еда в дорогу; еда для пикника	Суп	Осьминог	Пиво	Зелёный чай	Стиральная машина	Копировальный аппарат

고속도로	택시	트럭	과속	육교	목표	노약자석	이륙
highway	taxi	truck	speeding	overhead bridge	goal/target	seat for the old and the weak	take-off
高速公路	出租车	卡车，货车	超速	天桥	目标	老弱病残孕专座	起飞
高速道路	タクシー	トラック	過速	陸橋	目標	優先席	離陸
Đường cao tốc	Taxi	Xe tải	Sự quá tốc	Cầu vượt	Mục tiêu	Chỗ ngồi cho người già yếu	Sự cất cánh
Автострада	Такси	Грузовик	Превышение скорости	Путепровод	Цель; объект	места для пассажиров с детьм	Взлёт

착륙	기내식	주식	계획	약	페이스북	속	밖
landing	in-flight meal	stock	plan	drug	Facebook	inside	outside
着陆	机内餐	主食	计划	药	脸书	里面	外面
着陸	機内食	株式	計画	薬	フェースブック	内	外
Sự hạ cánh	Thức ăn trong máy bay	Cổ phiếu	Kế hoạch	Thuốc	Facebook	Trong	Ngoài
Приземление, посадка	Еда и напитки, предоставляемые пассажирам на борту самолёта	Акция	План	Лекарство	Фейсбук	Изнанка	Наружу, наружная сторона

북(北)	독서	축구	탁구	역도	바둑	낚시	예약
north	reading	soccer	ping-pong	weight lifting	go game	fishing	reservation
北	读书	足球	乒乓球	举重	围棋	钓鱼	预约
北	読書	サッカー	ピンポン	ウエートリフティング	碁	釣	予約
Bắc	Việc đọc sách	Bóng đá	Bóng bàn	Cử tạ	Cờ vây	Câu cá	Đặt trước
Север	Чтение	Футбол	Настольный теннис	Тяжёлая атлетика	Корейские шашки	Рыбалка	Бронирование

저축	악어	박쥐	미역	사막	북극	적도	대륙
saving	alligator	bat	seaweed	desert	North Pole	Equator	continent
储蓄	鳄鱼	蝙蝠	海带	沙漠	北极	赤道，土匪	大陆
貯蓄	ワニ	コウモリ	ワカメ	砂漠	北極	赤道	大陸
Gửi tiết kiệm	Cá sấu	Con dơi	Rong biển	Sa mạc	Bắc Cực	Xích đạo	Đại lục (Châu lục)
Накопление; сбережения	Крокодил	Летучая мышь	Морская капуста	Пустыня	Северный полюс	Экватор	Континент

미국	태국	멕시코	국가	외국	국적	뉴욕	액체
Unite States	Thailand	Mexico	nation	foreign country	nationality	new york	liquid
美国	泰国	墨西哥	国家	外国	国籍	纽约	液体
米国	タイ	メキシコ	国家	外国	国籍	ニューヨーク	液体
Mỹ (Hoa Kỳ)	Thái Lan	Mexico	Quốc gia	Ngoại quốc	Quốc tịch	New York	Thể lỏng, chất lỏng
США	Таиланд	Мексика	Государство, страна	Иностранное государство	Гражданство	Нью Йорк	Жидкость

과학	속도	회색	보라색	초록색	육(6)	백(100)	억
science	velocity/speed	gray	violet, purple	green	six	hundred	hundred million
科学	速度	灰色	紫色，青紫色	草绿色	六	百	亿
科学	速度	グレー	紫	グリーン	六	百	億
Khoa học	Tốc độ	Màu xám	Màu tím	Màu xanh lá cây	Sáu	(Một) Trăm	Trăm triệu
Наука	Скорость	Серый цвет	Фиолетовый цвет	Зелёный цвет	Шесть	Сто	Сто миллионов

격려	악	추억	기억	노력	목적	부탁	목소리
encourage	evil	remembrance	memory	effort	purpose	asking favor	voice
鼓励，激励	恶，坏	回忆	记忆	努力	目的	拜托	声音
励まし	悪	思い出	記憶	努力	目的	お願い	声
Khích lệ	Cái ác	Kỉ niệm	Trí nhớ	Nỗ lực	Mục đích	Nhờ vả	Giọng nói
Одобрение, поддержка	Зло	Воспоминание	Память	Старание	Цель	Просьба	Голос

작다	적다	부족하다	착하다	똑똑하다	익숙하다	깎다	볶다
small	**few/little**	**insufficient**	**kind**	**smart**	**familiar**	**cut**	**roast**
渺小	记录，少量	不足	善良	聪明	熟悉	削减	炒
小さい	少ない	足りない	よい、おとなしい	頭がよい	慣れている	削る	る
Nhỏ bé	Ít ỏi	Thiếu	Tốt bụng, hiền lành	Thông minh	Quen thuộc	Cắt, giảm	Xào, rang
Маленький	Немногочисленный, мало	Недостаточный	Добрый	Умный	Привычный, привыкать	Срезать, стричь, строгать	Жарить на масле, тушить
식다	섞다	찍다	먹다	식사하다	닦다	숙제하다	축하하다
cool	**mix**	**take**	**eat**	**eat**	**clean**	**homework**	**congratulate/celebrate**
冷却，变凉	混合，掺和	盖，指定，照（照片）	吃	就餐	擦	做作业	祝贺
冷める	混ぜる	つける	食べる	食事する	磨く、拭く	宿題をする	祝う
Nguội lạnh	Trộn	Chụp, ghi hình	Ăn	Dùng bữa	Lau dọn	Làm bài tập về nhà	Chúc mừng
Остывать	Мешать	Рубить;компостировать; Фотографировать	Есть	Есть	Чистить	Делать домашнее задание	Поздравлять
약속하다	예약하다	기억하다	시작하다	막히다	도착하다	익다	녹다
promise	**reserve**	**memorize**	**start**	**block**	**arrive**	**ripen/mature**	**melt/dissolve**
约定	预约	记忆	开始	堵塞	到达	熟悉，熟	融化
約束する	予約する	記憶する	始める	支える	着く	煮える	溶ける
Hứa hẹn	Đặt trước	Ghi nhớ	Bắt đầu	Bị tắc nghẽn	Đến nơi	(Thức ăn, trái) chín	Tan ra
Обещать	Бронировать	Помнить, вспоминать	Начинать	Быть закупоренным,быть заслонённым	Прибывать	Поспевать; созревать; искусный	Таять; растворяться; расплавляться

받침: ㅇ

형	형제	동생	조상	장모	남녀평등	왕	항상
older brother	sibling	younger brother	ancestor	mother-in-law	sexual equality	king	always
哥哥	兄弟	弟弟、妹妹	祖上	丈母娘	男女平等	王，大，非常	一直
お兄さん	兄弟	弟、妹	先祖	姑	男女平等	王様	いつも
Anh (em trai gọi)	Anh em trai	Em	Tổ tiên	Mẹ vợ	Bình đẳng nam nữ	Vua	Luôn luôn
Старший брат	Братья	Младший брат	Предок	Тёща	Равноправие	Царь	Всегда
상자	시장	소방서	고향	식당	장소	노래방	동네
box	market	fire station	hometown	restaurant	place	karaoke	town/ neighborhood
箱子	市长	消防所	故乡	食堂	场所	练歌房	社区
箱	市場	消防署	故郷	食堂	場所	カラオケ	村町
Hộp, thùng	Chợ	Trạm cứu hỏa	Quê hương	Nhà hàng	Nơi chốn	Phòng karaoke	Khu, xóm
Коробка	Рынок	Пожарная часть	Родина, родной край	Ресторан, столовая	Место	Караоке	Квартал, соседний жилой район
목욕탕	극장	시청	초등학교	중학교	고등학교	학생	대학생
bath	theater	city hall	elementary school	middle school	high school	student	college student
澡堂	剧场	市政府	小学	中学	高中	学生	大学生
風呂屋	映画館	市役所	小学校	中学校	高等学校	学生	大学生
Phòng tắm hơi	Nhà hát, rạp chiếu phim	Tòa thị chính(UBND thành phố)	Trường tiểu học	Trường trung học cơ sở(cấp 2)	Trường trung học phổ thông(cấp 3)	Học sinh	Sinh viên
Баня, ванная	Театр	Мэрия	Начальная школа	Средняя школа	Старшая школа	Ученик	Студент
동아리	영어	방학	소풍	수학여행	성적	학생증	방
circle	english	vacation	picnic/excursion	field trip	grade/mark	student identification card	room
社团	英语	放假	兜风，散步	见习旅行	成绩	学生证	房间
サークル	英語	（夏、冬）休み	遠足	修学旅行	成績	学生証	部屋
Câu lạc bộ	Tiếng Anh	Kì nghỉ	Dã ngoại	Chuyến tham quan (của trường)	Thành tích	Thẻ học sinh/ sinh viên	Phòng
Кружок	Английский язык	Каникулы	Пикник	Учебная(школьная) экскурсия	Успеваемость	Студенческий (ученический) билет	Комната
주방	책상	마당	청소	병	향수	가방	생활
kitchen	desk	yard	cleaning	bottle	perfume	bag	life
厨房	书桌	院子	清扫	瓶子，瓶（量词）	香水	包	生活
台所	机	庭	掃除	瓶	パフューム	カバン	生活
Khu bếp	Bàn học, bàn làm việc	Sân	Dọn dẹp	Chai, bình	Nước hoa	Cặp, túi xách	Sinh hoạt
Кухня	Школьная доска	Двор	Уборка	Бутылка; банка	Парфюм (духи, одеколон)	Сумка	Быт, жизнь
고장	지붕	쓰레기통	포장	정장	양복	양장	수영복
trouble/ breakdown	roof	garbage can	packing	suit	suit	western dress	swimming suit
故障	屋顶	垃圾桶	包装	正装	西服	佯装	游泳衣
故障	屋根	ゴミ箱	包装	正装	洋服	洋装	水着
Hư, hỏng	Mái (nhà)	Thùng rác	Sự đóng gói	Âu phục (vest)	Âu phục nam (vest nam)	Âu phục nữ (vest nữ)	Đồ bơi
Кухня	Школьная доска	Двор	Уборка	Бутылка; банка	Парфюм (духи, одеколон)	Сумка	Быт, жизнь

장화	청바지	장	등	망고	복숭아	빵	사탕
boots	**jeans**	**market**	**lamp**	**mango**	**peach**	**bread**	**candy**
长靴	牛仔裤	酱，柜，地方	后背	芒果	桃子	面包	糖果
ブーツ	ジーンズ	マーケット	ランプ	マンゴー	桃	パン	飴
Giày cổ cao, ủng	Quần Jeans	Chợ	Đèn	Quả xoài	Quả đào	Bánh mì	Kẹo
Резиновые сапоги	Джинсы	Рынок	Лампа	Манго	Персик	Хлеб	Конфета
중식	**양식**	**양파**	**홍차**	**냉장고**	**청소기**	**교통**	**교통사고**
chinese food	**american food**	**onion**	**black tea**	**refrigerator**	**vacuum**	**traffic**	**car accident**
中餐	西餐	圆葱	红茶	冰箱	吸尘器	交通	交通事故
中華料理	洋食	玉ねぎ	紅茶	冷蔵庫	掃除機	交通	交通事故
Thức ăn Trung Quốc	Thức ăn phương Tây	Hành tây	Hồng trà	Tủ lạnh	Máy hút bụi	Giao thông	Tai nạn giao thông
Китайская кухня	Европейская кухня	Лук	Чёрный чай	Холодильник	Пылесос	Транспорт	Дорожно-транспортное происшествие
승객	**정류장**	**자동차**	**자가용**	**주차장**	**공항**	**비행기**	**항공사**
client	**bus stop**	**car**	**automobile**	**parking lot**	**airport**	**airplane**	**airline**
乘客	停车站	汽车	私家车	停车场	机场	飞机	航空公司
乗客	停、停留場	車	自家用車	駐車場	空港	飛行機	航空社
Hành khách	Trạm dừng xe buýt	Xe hơi	Xe hơi gia dụng	Bãi đỗ xe	Sân bay	Máy bay	Hãng hàng không
Пассажир	Остановка	Автомобиль	Личное авто	Автостоянка	Аэропорт	Самолёт	Авиакомпания
왕복	**항구**	**사장**	**동료**	**공장**	**마케팅**	**도장**	**병**
coming and going	**harbor**	**president**	**colleague**	**factory**	**marketing**	**stamp**	**sickness, illness**
往返	港口	老板	同事	工厂	市场营销	印章	病
往復	港口	社長	同僚	工場	マーケティング	はんこ	病
Hai chiều (khứ hồi)	Cảng	Giám đốc	Đồng nghiệp	Nhà máy	Tiếp thị	Con dấu	Bệnh tật
В оба конца	Порт	Директор	Коллега	Завод, фабрика	Маркетинг	Печать	Болезнь
두통	**치통**	**통증**	**화상**	**당뇨병**	**충치**	**항생제**	**위장약**
headache	**toothache**	**pain**	**burn/scald**	**diabetes**	**cavity/ decayed tooth**	**antibiotic**	**digestive medicine**
头痛	牙痛	痛症	烫伤	糖尿病	虫牙	抗生剂	胃肠药
頭痛	歯痛	痛み	やけど	糖尿	虫歯	抗生剤	胃腸薬
Đau đầu	Đau răng	Chứng đau nhức	Vết bỏng	Bệnh tiểu đường	Răng sâu	Thuốc kháng sinh	Thuốc đau dạ dày
Головная боль	Зубная боль	Боль	Ожог	Диабет	Кариес; дупло	Антибиотик	Средство от диспепсии
방향	**동(東)**	**여행**	**공**	**농구**	**당구**	**승마**	**수영**
direction	**east**	**trip, travel**	**ball**	**basketball**	**billiards**	**horseback riding**	**swimming**
方向	东	旅行	球	篮球	台球	骑马	游泳
方向	東	旅行	ボール	バスケットボール	ビリヤード	乗馬	水泳
Phương hướng	Đông	Du lịch	Quả bóng	Bóng rổ	Bi-a	Cưỡi ngựa	Bơi lội
Направление	Восток	Путешествие	Мяч	Баскетбол	Бильярд	Верховая езда	Плавание

방송	영화	무용	경제	광고	시장	대형마트	쇼핑
broadcast	**movie**	**dancing**	**economy**	**advertisement**	**market**	**department store**	**shopping**
播放	电影	舞蹈	经济	广告	市场	大型超市	购物
放送	映画	舞踊、ダンス	経済	広告	市場	デパート	ショッピング
Việc phát sóng	Phim điện ảnh	Bộ môn múa	Kinh tế	Quảng cáo	Chợ/Thị trường	Siêu thị lớn	Mua sắm
Телерадиовещание	Фильм, кино	Танец	Экономика	Реклама	Рынок	Гипермаркет	Шопинг
공짜	**영수증**	**통장**	**직장**	**호랑이**	**용**	**양**	**강아지**
free	**receipt**	**bankbook**	**workplace**	**tiger**	**dragon**	**sheep, lamb**	**puppy**
免费	收据	存折	职场	老虎	龙	羊，量	小狗
フリー	レシート	通帳	職場	虎	ドラゴン	羊	犬
Miễn phí	Hóa đơn	Sổ tiết kiệm/tài khoản ngân hàng	Nơi làm việc	Con hổ	Con rồng	Con cừu	Con chó con
Бесплатно	Квитанция, кассовый чек	Сберегательная книжка	Место работы	Тигр	Дракон	Овца	Щенок
송아지	**병아리**	**상어**	**장마**	**강**	**홍수**	**영상**	**영하**
calf	**chick**	**shark**	**rainy spell in summer**	**river**	**flood**	**above zero**	**below zero**
小牛	小鸡	鲨鱼	梅雨	江	洪水	零上	零下
子牛	ひよこ	サメ	つゆ	川	洪水	映像	零下
Con bê	Gà con	Cá mập	Mùa mưa dầm	Con sông	Lũ lụt	Dương (lớn hơn 0)	Âm (nhỏ hơn 0)
Телёнок	Цыпленок	Акула	Муссонный дождь	Река	Наводнение	Выше нуля	Ниже нуля
태평양	**대서양**	**인도양**	**지중해**	**경도**	**해외여행**	**중국**	**영국**
Pacific	**Atlantic**	**Indian Ocean**	**Mediterranean Sea**	**longitude**	**foreign trip**	**China**	**England**
太平洋	大西洋	印度洋	地中海	京都	海外旅行	中国	英国
太平洋	大西洋	インド洋	地中海	経度	海外旅行	中国	イギリス
Thái Bình Dương	Đại Tây Dương	Ấn Độ Dương	Địa Trung Hải	Kinh độ	Du lịch nước ngoài	Trung Quốc	Anh Quốc
Тихий океан	Атлантический океан	Индийский океан	Средиземное море	Долгота	Путешествие за границей	Китай	Англия
프랑스	**싱가포르**	**방콕**	**북경**	**상해**	**홍콩**	**다낭**	**동경**
France	**Singapore**	**Bangkok**	**Beijing**	**Shanghai**	**Hongkong**	**Danang**	**Tokyo**
法国	新加坡	曼谷，宅在家	北京	上海	香港	岘港	东京，憧憬
フランス	シンガポール	バンコック	北京	シャンハイ	ホンコン	ダナン	東京
Pháp	Singapore	Bangkok	Bắc Kinh	Thượng Hải	Hồng Kông	Đà Nẵng	Tokyo
Франция	Сингапур	Бангкок	Пекин	Шанхай	Гонконг	Дананг	Токио
태양	**항성**	**행성**	**위성**	**수증기**	**중력**	**무중력**	**통계**
sun	**sun/fixed star**	**planet**	**satellite**	**vapor**	**gravity**	**zero gravity**	**statistics**
太阳	恒星	行星	卫星	水蒸气	重力	失重	统计
太陽	恒星	行星	衛星	蒸気	重力	無重力	統計
Mặt trời	Định tinh (hằng tinh)	Hành tinh	Vệ tinh	Hơi nước	Trọng lực	Không trọng lực	Thống kê
Солнце	Неподвижная звезда	Планета	Спутник	Пар, испарение	Сила притяжения	Невесомость	Статистика

주황색	사랑	희망	평화	충성	생각	행복	걱정
orange	love	hope	peace	loyalty	thinking	happiness	anxiety/worry
橘黄色	爱	希望	和平	忠诚	想法	幸福	担心
オレンジ色	愛	希望	平和	忠誠	思い	幸せ	悩み
Màu cam	Tình yêu	Hi vọng	Sự bình yên, hòa bình	Sự trung thành	Suy nghĩ	Hạnh phúc	Sự lo lắng
Оранжевый цвет	Любовь	Надежда	Покой, мир	Преданность	Мысль, дума, воспоминание	Счастье	Беспокойство
공경	성격	성공	망치	강의	광주	항상	경치
respect	personality	success	hammer	lecture	Kwangju	always	view/scenery
恭敬	性格	成功	锤子	授课	光州	经常	景色
恭敬	性格	成功	ハンマー	講義	クアンジュ	いつも	気色
Cung kính	Tính cách	Sự thành công	Cái búa	Bài giảng	Kwangju	Luôn luôn	Cảnh trí
Уважаение	Характер	Успех	Молоток	Лекция	Гванджу	Всегда	Пейзаж, вид
풍경	마중	배웅	모양	다양하다	증가하다	유명하다	정확하다
scenery	meeting/reception	send-off	shape	various	increase	famous	exact
风景	迎接	送行	模样	多样	增加	有名	准确
風景	出迎え	見送り	様子	多様だ	増える	有名だ	正確だ
Phong cảnh	Sự tiếp đón	Sự tiễn đi	Hình dáng	Đa dạng	Gia tăng	Nổi tiếng	Chính xác
Живописный пейзаж	Идти навстречу	Проводы	Образ, вид	Разнообразный	Повышаться	Быть известным	Точный
소중하다	조용하다	죄송하다	뚱뚱하다	공부하다	용서하다	성공하다	청소하다
important	calm/quiet	sorry	fat	study	forgive	succeed	cleaning
宝贵	安静	抱歉	肥胖	学习	饶恕	成功	清扫
尊い	静かだ	申し訳ない	太っている	勉強する	許す	成功する	掃除する
Quý báu	Im lặng, yên tĩnh	Xin lỗi	Mập	Học hành	Tha thứ	Thành công	Dọn dẹp
Драгоценный, ценный	Тихий, спокойный	Приносить извинения	Толстый	Учиться, заниматься	Прощать	Добиваться успеха	Убирать, наводить чистоту
사용하다	걱정하다	수영하다	생각나다	생기다	정하다	자랑하다	정리하다
use	worry	swim	think	become	set	boast/brag	arrange
使用	担心	游泳	想起	产生	决定	炫耀	整理
尊い	静かだ	申し訳ない	太っている	勉強する	許す	成功する	掃除する
Sử dụng	Lo lắng	Bơi lội	Suy nghĩ	Xuất hiện	Chọn, quyết định	Khoe khoang	Sắp xếp
Использовать	Беспокоиться	Плавать	Думать	Появляться	Определять, назначать, устанавливать	Хвастаться, хвалиться	Приводить в порядок

엄마	부모님	사람	남자	아줌마	이름	아침	점심
mother	**parents**	**human**	**man**	**aunt**	**name**	**morning**	**lunch**
妈妈	父母	人	男	大妈	名字	早上，早餐	中午，午餐
ママ	両親	人	男性	おばさん	名前	朝	昼
Mẹ	Bố mẹ	Con người	Đàn ông	Cô	Tên	Buổi sáng	Buổi trưa
Мама	Родители	Человек	Мужчина	Тётущка, тётя	Имя	Утро	Обед
밤	**봄**	**여름**	**다음**	**처음**	**요즘**	**가끔**	**보름**
night	**spring**	**summer**	**next**	**first**	**current/ nowadays**	**sometimes**	**half month/ fifteen days**
夜晚	春天	夏天	下一个	第一次	最近	偶尔	半个月
夜	春	夏	次	始め	最近	時々	半月
Đêm	Mùa xuân	Mùa hè	Tiếp theo	Đầu tiên	Dạo này	Thỉnh thoảng	Nửa tháng
Ночь	Весна	Лето	Следующий	Вначале, впервые, заново	В эти дни, на днях	Иногда	15 дней
시험	**학점**	**점수**	**침대**	**잠**	**담**	**금**	**짐**
test, examination	**credit/unit**	**score**	**bed**	**sleep**	**wall**	**gold**	**burden/load**
考试	学分	分数	床	睡觉	围墙	金子	行李
試験、テスト	単位	点数	ベッド	眠り	囲い	金、ゴールド	荷物
Bài thi	Học phần	Điểm	Cái giường	Giấc ngủ	Hàng rào	Vàng	Gánh nặng, hành lý
Экзамен, тестирование	Балл, отметка, кредит	Оценка	Кровать	Сон	Стена	Золото	Груз, багаж
화장품	**뺨**	**가슴**	**심장**	**땀**	**몸**	**감**	**김치**
cosmetics	**chick**	**breast**	**heart**	**sweat**	**body**	**persimmon**	**kimchi**
化妆品	面颊	胸部	心脏	汗水	身体	感觉，柿子	泡菜
化粧品	頬	胸	心臓	汗	体	かき	キムチ
Mĩ phẩm	Cái má	Ngực	Tim	Mồ hôi	Cơ thể	Quả hồng	Kim chi
Косметика	Щека	Грудь, грудная клетка	Сердце	Пот	Тело, организм	Хурма	Кимчи
담배	**냄새**	**삼계탕**	**햄버거**	**껌**	**아이스크림**	**참외**	**소금**
tobacco	**smell**	**Ginseng Chicken Broth**	**Hamburger**	**chewing gum**	**ice cream**	**oriental melon**	**salt**
烟	味道	参鸡汤	汉堡	口香糖	冰淇淋	甜瓜	盐
タバコ	臭い	サムゲタン	ハンバーガー	ガム	アイスクリーム	マクワウリ	塩
Thuốc lá	Mùi	Gà hầm sâm	Hamburger	Kẹo cao su	Kem	Dưa lê	Muối
Сигареты	Запах	Самгетанг	Гамбургер	Жевательная резинка	Мороженое	Дыня	Соль
감자	**식품**	**냉동식품**	**냉장식품**	**음료수**	**컴퓨터**	**요금**	**금지**
potato	**food**	**frozen food**	**refrigerated food**	**beverage**	**computer**	**fee**	**prohibition**
土豆	食品	冷冻食品	冷藏食品	饮料	电脑	费用	禁止
ジャガイモ	食品	冷凍食品	冷蔵食品	飲み物	パソコン	料金	禁止
Khoai tây	Thực phẩm	Thực phẩm đông lạnh	Thực phẩm ngăn mát	Thức uống	Máy tính	Cước phí	Sự cấm đoán
Картофель	Продукты, продовольственные товары	Замороженные продукты питания	продукты хранение в холодильнике	Напиток	Компьютер	Плата	Запрет

주차금지	제품	반품	명함	상여금	의료보험	감기	암
parking	product	return	name card	bonus	medical insurance	common cold	cancer
禁止停车	产品	退货	名片	奖金	医疗保险	感冒	癌症
駐車禁止	製品	返品	名詞	ボーナス	医療保険	風邪	癌
Cấm đỗ xe	Sản phẩm, chế phẩm	Sự trả hàng	Danh thiếp	Tiền thưởng	Bảo hiểm y tế	Cảm lạnh	Ung thư
Стоянка запрещена	Продукция	Возврат	Визитная карточка	Бонус	Медицинское страхование	Простуда	Рак
위염	기침	항암제	감기약	홈페이지	남(南)	중심	게임
gastritis	cough	anticancer drug	cold medicine	homepage	south	center	game
胃炎	咳嗽	抗癌剂	感冒药	主页	南	中心	游戏
胃炎	咳き	抗癌剤	風邪薬	ホームページ	南	中心	ゲーム
Viêm dạ dày	Ho	Thuốc trị ung thư	Thuốc cảm	Trang chủ	Phía nam	Trọng tâm, trung tâm	Game
Гастрит	Кашель	Противораковый препарат	Противопростудное средство	Домашняя страница	Юг	Центр	Игра
씨름	음악	그림	드럼	예금	담보	저금	뱀
wrestling	music	picture	drums	deposit	mortgage	savings	snake
摔跤	音乐	画	洋鼓，大桶	存款	担保	储蓄	蛇
相撲	音楽	絵	ドラム	預金	担保	貯金	蛇
Đấu vật	Âm nhạc	Bức tranh	Trống	Sự gửi tiền	Sự thế chấp	Tiền tiết kiệm	Con rắn
Корейская национальная борьба	Музыка	Картина	Барабан	Вклад, вложение денег в банк	Залог	Накопления, сбережения	Змея
염소	구름	바람	섬	남극	베트남	캄보디아	삼(3)
goat	cloud	wind	island	South Pole/Antarctic	Vietnam	Cambodia	three
山羊	云彩	风	小岛	南极	越南	柬埔寨	三
ヤギ	雲	風	島	南極	ベトナム	カンボジア	三
Con dê	Mây	Gió	Đảo	Nam cực	Việt Nam	Cambodia (Cam-pu-chia)	Số ba
Козёл	Облако	Ветер	Остров	Южный полюс/Антарктида	Вьетнам	Камбоджа	Три
감사	기쁨	마음	꿈	의심	근심	위험	경험
thanks	joy	mind	dream	doubt	worry	danger	experience
感谢	喜悦	心，想法	梦，梦想	怀疑	担心	危险	经历
感謝	幸せ	心	夢	疑い	心配	危険	経験
Sự cảm ơn	Niềm vui	Tấm lòng	Giấc mơ	Sự nghi ngờ	Sự lo lắng	Sự nguy hiểm	Kinh nghiệm
Благодарность	Радость	Сердце, душа	Мечта	Сомнение	Тревога, опасение	Опасность	Опыт
도움	힘	프로그램	가끔	모임	남다	감소하다	궁금하다
help	power/strength	program	sometimes	meeting	remain	reduce	wonder
帮助	力量	目录，节目，程序	偶尔	聚会	剩余	减小	好奇
助け	力	プログラム	たまに	集まり	残る	减る	気になる
Sự giúp đỡ	Sức mạnh	Chương trình	Chịu đựng	Cuộc gặp mặt	Còn lại	Giảm	Thắc mắc
Помощь	Сила	Программа	Иногда	Собрание; встреча	Оставаться	Уменьшаться	Интересоваться

감사하다	넘어지다	멈추다	심다	참다	넘다
thank	**fall**	**stop**	**plant**	**endure**	**overcome**
感谢	滑倒	停止	种植	忍耐	超过
感謝する	倒れる、転ぶ	止まる	植える	耐える	越える
Cảm ơn	Ngã	Dừng lại	Trồng	chịu đựng	Vượt qua
Благодарить	Падать	Остановиться	Сеять, сажать	Терпеть	Превышать; перелезать; разливаться

받침: ㅂ, ㅍ

직업	종업원	집	커피숍	꽃집	하숙집	입학	수업
job	employee	home	coffee shop/cafe	flower shop	boarding house	school admission	class
职业	服务员	家	咖啡厅	花店	寄宿处	入学	授课
職業	従業員	家	カフェー	花屋	下宿	入学	クラス
Công việc, nghề nghiệp	Công nhân viên	Nhà	Quán cà phê	Cửa hàng hoa	Nhà trọ	Sự nhập học	Tiết học
Работа	Рабочий	Дом	Кофейня	Цветочный магазин	Пансион	Поступление в школу или университет	Урок
대답	예습	복습	법	서랍	엽서	접시	입구
answer	preparation	review	law	drawer	postcard	plate	entrance
回答	预习	复习	法律，方法	抽屉	明星片	碟子	入口
答え	予習	復習	法	引き出し	葉書	プレート	入り口
Sự trả lời	Sự chuẩn bị bài trước	Sự ôn tập	Luật	Ngăn kéo	Bưu thiếp	Cái đĩa	Lối vào
Ответ	Предварительная самостоятельная подготовка к занятиям.	Повторение	Закон	Ящик (стола или шкафа)	Открытка	Блюдце	Вход
잡지	무릎	밥	김밥	비빔밥	볶음밥	잡채	합창
magazine	knee	rice	gimbap	bibimbap	fried rice	japchae	choir
杂志	膝盖	饭	紫菜包饭	拌饭	炒饭	炒杂菜	合唱
雑誌	膝	ご飯	キムパプ	ビビンバ	チャーハン	チャプチェ	コーラス
Tạp chí	Đầu gối	Cơm	Cơm cuộn	Cơm trộn	Cơm chiên	Miến trộn	Sự hợp xướng
Журнал	Колено	Варёный рис	Кимбап	Пибимбап	Поджаренный рис	Чапхэ (сладкая фунчоза с мясом и овощами)	Хор
사업	잎	광합성	숲	유럽	입국	높이	아홉
business	leaf	photosynthesis	forrest	Europe	entry	height	nine
事业	树叶	光合作用	树林	欧洲	人口	高低	九
ビジネス	葉	光合性	森	ヨーロッパ	入国	高さ	九
Việc kinh doanh	Lá	Tính quang hợp	Rừng	Châu Âu	Nhập cảnh	Độ cao	Số chín
Бизнес	Лист	Фотосинтез	Лес	Европа	Въезд в страну	Высота	Девять
십	방법	톱	삽	무겁다	가볍다	두껍다	높다
ten	method	saw	shovel	heavy	light	thick	high
十	方法	锯子	铲子	重	轻	厚	高
十	方法	のこぎり	シャベル	重い	軽い	厚い	高い
Số mười	Phương pháp	Cái cưa	Cái xẻng	Nặng	Nhẹ	Dày	Cao
Десять	Метод	Пила	Лопата	Тяжёлый	Лёгкий	Толстый	Высокий
좁다	어둡다	새롭다	귀엽다	아름답다	부드럽다	부럽다	그립다
narrow	dark	new	cute	beautiful	soft	envy	miss
狭窄	黑暗	尤新	可爱	美丽	柔软	羡慕	怀念
狭い	黒い	新しい	可愛い	美しい	柔らかい	羨ましい	懐かしい
Chật hẹp	Tối	Mới	Dễ thương	Đẹp	Mềm mại	Ghen tị	Thương nhớ
Тесный	Тёмный	Новый	Милый	Красивый	Мягкий; покладистый	Завидовать	Скучать

외롭다	무섭다	섭섭하다	답답하다	부끄럽다	춥다	덥다	차갑다
alone	**scare**	**sad/sorry**	**stuffy**	**shame**	**cold**	**hot**	**cold, cool**
孤独	害怕	遗憾，依依不舍	郁闷，心慌	害羞	冷	热	冷淡
寂しい	怖い	恨めしい	退屈だ	恥ずかしい	寒い	暑い	冷たい
Cô đơn	Đáng sợ	Buồn bực	Ngột ngạt	Xấu hổ	Lạnh	Nóng	Lạnh
Одинокий	Страшный	Чувствовать досаду/ грусть; быть расстроенным/ недовольным	Досадный (вызывающий жалость; угнетающий)	Постыдный	Холодно	Жарко	Холодный
뜨겁다	맵다	싱겁다	쉽다	어렵다	복잡하다	더럽다	새롭다
hot	**hot/spicy**	**not salty enough**	**easy**	**difficult, hard**	**complicated**	**dirty**	**new**
烫，发热	辣	清淡	简单	难	复杂	脏	尤新
熱い	辛い	薄い、水っぽい	易しい	難しい	複雑だ	汚い	新しい
Nóng	Cay	Nhạt	Dễ dàng	Khó	Phức tạp	Bẩn	nhân
Горячий	Острый	Пресный	Лёгкий	Трудный, сложный	Запутанный, сложный	Грязный	Новый
싫다	눕다	돕다	잡다	입다	굽다	줍다	씹다
would like to	**lie down**	**help**	**grab**	**put on**	**bend**	**pick up**	**chew**
想要	躺	帮助	抓	穿	烤	捡	咀嚼
～たい	横になる	手伝う	つかむ	着る	焼く	拾う	噛む
Muốn	Nằm	Giúp đỡ	Bắt, nắm	Mặc	Cúi xuống, Uốn cong	Lượm nhặt	Nhai
Хотеть	Ложиться	Помогать	Держать	Одеваться	Кривой, изогнутый	Подбирать	Жевать

할아버지	할머니	아들	딸	경찰	계절	가을	겨울
grandfather	grandmother	son	daughter	policeman	season	fall	winter
爷爷	奶奶	儿子	女儿	警察	季节	秋天	冬天
お祖父さん	お祖母さん	息子	娘	警察	季節	秋	冬
Ông	Bà	Con trai	Con gái	Cảnh sát	Mùa	Mùa thu	Mùa đông
Дедушка	Бабушка	Сын	Дочь	Милиция	Сезон	Осень	Зима

오늘	내일	올해	주말	매일	늘	월	일
today	tomorrow	this year	weekend	everyday	always	month	day
今天	明天	今年	周末	每天	一直	月	日
本日、今日	明日	今年	週末	毎日	いつも	月	日
Hôm nay	Ngày mai	Năm nay	Cuối tuần	Mỗi ngày	Luôn luôn	Tháng	Ngày
Сегодня	Завтра	Этот год	Выходные дни	Каждый день	Всегда	Месяц	День

요일	월요일	화요일	수요일	목요일	금요일	토요일	일요일
day	Monday	Tuesday	Wednesday	Thursday	Friday	Saturday	Sunday
星期	星期一	星期二	星期三	星期四	星期五	星期六	星期天
曜日	月曜日	火曜日	水曜日	木曜日	金曜日	土曜日	日曜日
Thứ	Thứ hai	Thứ ba	Thứ tư	Thứ năm	Thứ sáu	Thứ bảy	Chù nhật
День недели	Понедельник	Вторник	Среда	Четверг	Пятница	Суббота	Воскресенье

평일	생일	명절	설(구정)	공휴일	휴일	이틀	사흘
weekday	birthday	holiday	New Year's Day	public holiday	holiday	two days	three days
平日	生日	节日	新年（春节）	公休日	休息日	两天	三天
平日	誕生日	祝祭日	お正月	公休日	休日	二日	三日
Ngày thường	Sinh nhật	Ngày lễ	Ngày tết (tết âm lịch)	Ngày nghi lễ	Ngày nghi	Hai ngày	Ba ngày
Будни	День рождения	Праздник	Первый день нового года по лунному календарю	Праздничный выходной день	Выходной день	Два дня	Три дня

나흘	열흘	며칠	지하철	호텔	휴게실	미용실	이발소
four days	ten days	a few days	subway	hotel	resting room	beauty salon	barber shop
四天	十天	几天	地铁	酒店	休息室	美容室	理发所
四日	十日	数日	地下鉄	ホテル	休憩室	ヘアサロン	床屋
Bốn ngày	Mười ngày	Mấy ngày	Tàu điện ngầm	Khách sạn	Phòng nghi	Tiệm làm tóc	Tiệm cắt tóc nam
Четыре дня	Десять дней	Несколько дней	Метро	Гостиница	Комната для отдыха	Салон красоты	Мужская парикмахерская

절	시골	마을	교실	출석	결석	생물	글씨
buddhist temple	countryside	town	classroom	attendance	absence	biology	handwriting
寺庙，行礼	乡村	村庄	教室	出席	缺席	生物	字体
お寺	田舎	村	教室	出席	欠席	バイオロジー	字
Chùa	Nông thôn	Làng	Phòng học	Sự có mặt	Sự vắng mặt	Sinh vật	Chữ viết
Буддийский храм	Деревня, периферия	Поселение, посёлок	Аудитория	Присутствие	Отсутствие	Живое существо	Почерк

졸업	졸업여행	생활	거실	화장실	빨래	설거지	다림질
graduation	graduation trip	life	living room	restroom, bathroom	wash	dish-washing	ironing
毕业	毕业旅行	生活	客厅	厕所	洗衣	洗碗	熨衣服
卒業	卒業旅行	生活	リビングルーム	トイレ	洗濯物	食器洗い	アイロンをかける
Sự tốt nghiệp	Du lịch (mừng) tốt nghiệp	Sinh hoạt	Phòng khách	Phòng vệ sinh	Sự giặt giũ	Sự rửa chén	Việc ủi, là (quần áo)
Окончание учебного заведения	Путешествие по случаю окончания учебного заведения	Быт, жизнь	Гостиная	Уборная,	Стирка	Мытье посуды	Глаженье
양치질	거울	열쇠	귀걸이	달력	앨범	이불	줄
tooth brushing	mirror	key	earring	calendar	album	bedding comforter	string
刷牙	镜子	钥匙	耳坠	日历	相册	被子	绳，队
歯磨き	鏡	鍵、キー	イヤリング	カレンダー	アルバム	布団	線、ライン
Việc đánh răng	Cái gương	Chìa khoá	Bông tai	Tờ lịch	Album	Cái chăn	Sợi dây
Чистка зубов	Зеркало	Ключ	Серьги	Календарь	Альбом	Одеяло	Верёвка; полоса;
외출	출구	출입구	테이블	양말	목걸이	블라우스	얼굴
going out	exit	entrance/exit	table	socks	necklace	blouse	face
外出	出口	出入口	桌子	袜子	项链	罩衫	脸
外出	出口	出入り口	テーブル	靴下	ネックレス	ブラウス	顔
Ra ngoài	Lối ra	Lối ra vào	Bàn	Tất	Dây chuyền	Áo sơ mi nữ	Khuôn mặt
Отлучка	Выход	Место входа и выхода	Стол	Носки	Цепочка	Блузка	Лицо
입술	팔	팔꿈치	발	발목	발등	발바닥	발가락
lip	arm	elbow	foot	ankle	top side of the foot	sole of the foot	toe
嘴唇	胳膊	胳膊肘	脚	脚踝	脚背	脚掌	脚指头
唇	腕	肘	足	足首	足の甲	足の裏	足指
Môi	Cánh tay	Khuỷu tay	Bàn chân	Cổ chân	Mu bàn chân	Lòng bàn chân	Ngón chân
Губы	Рука	Локоть	Нога	Лодыжка	Верхняя часть ступни	Ступня	Палец ноги
발톱	귤	파인애플	불고기	갈비탕	칼국수	설렁탕	일식
toenail	mandarine	pineapple	beef	beef-rib soup	chopped noodles	beef and rice soup	japanese food
脚指甲	橘子	菠萝	炒牛肉	排骨汤	刀削面	牛杂碎汤	日餐
足指のつめ	みかん	パインアップル	プルゴギ	カルビタン	きしめん	ソルロンタン	和食
Móng chân	Quả quýt	Quả thơm	Thịt bò xào	Canh sườn bò	Mì cắt	Súp bò hầm	Món ăn Nhật
Ноготь (на пальце ноги)	Мандарин	Ананас	Пулькоги	Кальбитанг	Калькуксу	Соллонтанг	Японская кухня
쌀	밀가루	꿀	술	콜라	텔레비전	터미널	출국
rice	flour	honey	liquor/alcohol	cola	television	terminal	departure
大米	面粉	蜂蜜	酒	可乐	电视	客运站	出国
米	小麦粉	蜜、はちみつ	お酒	コーラ	テレビ	ターミナル	出国
Gạo	Bột mì	Mật ong	Rượu	Cola	Ti vi	Bến xe	Sự xuất cảnh
Рис	Мука	Мёд	Водка/спиртной напиток	Кола	Телевизор	Терминал	Выезд из страны

고속전철	일방통행	수출	출장	월급	사무실	수술실	회복실
rapid electronic railway	one way	export	business trip	monthly salary	office	operating room	recovery room
高铁	单向通行	输出	出差	月薪	办公室	手术室	恢复室
高速電車	一方通行	輸出	出張	給料	事務所	手術室	回復室
Tàu điện ngầm cao tốc	Sự lưu thông một chiều	Sự xuất khẩu	Sự đi công tác	Lương tháng	Văn phòng	Phòng phẫu thuật	Phòng hồi sức
Электричка	Одностороннее движение	Экспорт	Командировка	Заработная плата	Офис	Операционная палата	Реанимационная палата
배탈	설사	열	몸살	이메일	일부	골프	달리기
stomach disorder	diarrhea	fever	general fatigue	email	part	golf	running
送货	腹泻	发烧，列	劳疾	电邮	一部	高尔夫	跑步
腹をこわす	下痢	熱	悪寒	電子メール	一部	ゴルフ	走り
Rối loạn tiêu hóa	Sự tiêu chảy	Cơn sốt	Sự mệt mỏi, suy nhược	Email	Một phần	Golf	Việc chạy
Расстройство желудка	Диарея	Температура	Системная боль и жар, вызванные простудой	Электронный ад рес	Часть, доля	Гольф	Бег
볼링	예술	미술	클래식	뮤지컬	소설	결제	대출
bowling	art	art/fine art	classic	musical	novel	payment	loan
保龄球	艺术	美术	古典音乐	歌剧	小说	结账	贷款
ボーリング	芸術	美術	クラシック	ミュージカル	小説	決済	貸し出し
Bowling	Nghệ thuật	Mĩ thuật	Cổ điển	Nhạc kịch	Tiểu thuyết	Sự thanh toán	Sự cho mượn
Боулинг	Искусство	Изобразительное искусство	Классика	Мюзикл	Роман	Расчёт, оплата	Ссуда, заём
달러	말	얼룩말	올챙이	동물	미생물	벌레	물고기
dollar	horse	zebra	tadpole	animal	microbe	insect	fish
美元	马	斑马	蝌蚪	动物	微生物	虫子	鱼
ドル	馬	シマウマ	オタマジャクシ	動物	微生物	虫	魚、さかな
Đô la (dollar)	Con ngựa	Con ngựa vằn	Con nòng nọc	Động vật	Vi sinh vật	Sâu bọ	Con cá
Доллар	Лошадь	Зебра	Головастик	Животное	Микроб	Насекомое	Рыба
굴	식물	풀	줄기	열매	하늘	날씨	열대
oyster	plant	grass	stem	fruit	sky	weather	tropics
海蛎子	植物	草	茎	果实	天空	天气	热带
カキ	植物	草	幹	実	空	天気	熱帯
Con hàu	Thực vật	Cỏ	Thân cây	Quả, trái	Bầu trời	Thời tiết	Nhiệt đới
Устрица	Растение	Трава	Стебель, ствол	Фрукт	Небо	Погода	Тропики
아열대	해일	돌	독일	이탈리아	몽골	네팔	방글라데시
subtropical zone	tsunami	stone	Germany	Italy	Mongol	Nepal	Bangladesh
亚热带	海啸	石头	德国	意大利	蒙古	尼泊尔	孟加拉国
亜熱帯	津波	石	ドイツ	イタリア	モンゴル	ネパール	バングラデシュ
Cận nhiệt đới	Sóng thần	Hòn đá	Đức	Italy	Mông cổ	Nepal	Bangladesh
Субтропический пояс	Цунами	Камень	Германия	Италия	Монголия	Непал	Бангладеш

말레이시아	브라질	칠레	서울	마닐라	달	별	색깔
Malaysia	**Brazil**	**Chile**	**Seoul**	**Manila**	**moon**	**star**	**color**
马兰西亚	巴西	智利	首尔	马尼拉	月亮	星星	颜色
マレーシア	ブラジル	チリ	ソウル	マニラ	月	星	色
Malaysia	Brazil	Chile	Seoul	Manila	Mặt trăng	Ngôi sao	Màu sắc
Малайзия	Бразилия	Чили	Сеул	Манила	Луна	Звезда	Цвет
갈색	**하늘색**	**그들**	**둘**	**일곱**	**열**	**일**	**칠**
brown	**blue**	**they**	**two**	**seven**	**ten**	**one**	**seven**
褐色	天蓝色	他们	二	七	十	一	七
茶色	スカイブルー	彼ら	二	七	十	一	七
Màu nâu	Màu xanh da trời	Họ	Số hai	Số bảy	Số mười	Số một	Số bảy
Коричневый цвет	Голубой цвет	Они	Два	Семь	Десять	Один	Семь
팔	**울음**	**슬픔**	**절망**	**절제**	**결과**	**필요**	**칼**
eight	**crying**	**grief**	**despair**	**moderation**	**result**	**necessity**	**knife**
八，胳膊	哭泣	悲伤	绝望	节制	结果	需要	刀
八	泣き	悲しみ	絶望	節制	結果	必要	ナイフ
Số tám	Sự khóc	Nỗi buồn	Sự tuyệt vọng	Sự tiết chế	Kết quả	Sự cần thiết	Cái dao
Восемь	Плач	Грусть	Безнадёжность, отчаяние	Воздержание, обуздывание	Результат	Надобность	Нож
틀리다	**슬프다**	**불쌍하다**	**힘들다**	**특별하다**	**훌륭하다**	**늘다**	**가늘다**
wrong	**sad**	**pity**	**hard**	**special**	**excellent**	**increase**	**thin**
错误	悲伤	可怜	吃力	特别	优秀	增加	纤细
間違う	悲しい	かわいそうだ	大変だ	特別だ	立派だ	増える	細い
Sai	Buồn	Đáng thương	Vất vả	Đặc biệt	Xuất sắc	Tăng lên	Mảnh mai
Неверный, неправильный	Грустный	Жалостливый, жалкий	Тяжёлый	Особый	Достойный похвалы, превосходный	Увеличиваться, возрастать	Тонкий
달다	**졸다**	**일어나다**	**들어가다**	**올라가다**	**달리다**	**날다**	**열다**
sweet	**doze**	**stand**	**enter**	**rise**	**run**	**fly**	**open**
甜	打盹儿	起床，站起	进入	上去，爬上	奔跑	飞	打开
甘い	居眠る	立つ	入る	上がる	走る	飛ぶ	開ける
Ngọt	Ngủ gật	Đứng dậy, thức dậy	Đi vào	Đi lên	Chạy	Bay	Mở
Сладкий	Дремать	Вставать	Входить	Подниматься	Бегать	Летать	Открывать
들다	**걸리다**	**필요하다**	**빌리다**	**일하다**	**만들다**	**잘하다**	**팔다**
raise	**take**	**necessary**	**borrow**	**work**	**make**	**do well**	**sell**
进入，提	花费	需要	借用	工作	制作	做得好	卖
持つ、挙げる	掛かる	必要になる	借りる	働く	作る	よくする	売る
Nâng lên	Tiêu tốn (thời gian)	Cần thiết	Mượn	Làm việc	Tạo ra	Làm tốt	Bán
Поднимать	Занимать времени	Нужный	Брать в долг, одалживать	Работать	Делать, создавать	Быть искусным	Продавать

출발하다	들르다	배달하다	벌다	살다	물다	놀라다	불다
start	**stop by**	**deliver**	**make money**	**live**	**bite**	**surprise**	**blow**
出发	顺路去	送货	赚取	生活	咬	吃惊	吹，刮
出発する	寄る	配達する	稼ぐ	生きる	噛む	驚く	吹く
Xuất phát	Dừng lại, ghé vào	Giao hàng	Kiếm (tiền)	Sống	Cắn	Ngạc nhiên	Thổi
Отправляться	Заходить по пути куда-нибудь	Доставить	Зарабатывать	Жить, проживать	Кусать, держать в зубах	Изумляться	Дуть, надувать
울다	어울리다	놀다	떠들다	즐기다	돌다	틀다	떨어지다
cry	**fit**	**play**	**make a noise**	**enjoy**	**rotate**	**turn on**	**fall**
哭	适合	玩耍	吵闹	享受	转动，运转	扭开	下降
泣く	似合う	遊ぶ	騒ぐ	楽しむ	回る	掛ける	落ちる
Khóc	Phù hợp	Chơi	Làm ồn	Tận hưởng	Xoay, quay vòng	Bật	Rơi
Плакать	Быть к лицу; прилаживаться	Играть	Шуметь	Наслаждаться	Крутиться	Открывать	Падать
설거지하다	빨래하다	얼다	거절하다	실패하다	설명하다	졸업하다	알다
wash dishes	**wash clothes**	**freeze**	**deny**	**fail**	**explain**	**graduate**	**know/see**
洗碗	洗衣服	上冻	拒绝	失败	说明	毕业	知道
食器洗いをする	洗濯をする	凍る	断る	失敗する	説明する	卒業する	る
Rửa chén	Giặt giũ	Đóng băng, đông cứng	Từ chối	Thất bại	Giải thích	Tốt nghiệp	Biết
Мыть посуду	Стирать	Замерзать	Отказывать	Потерпеть поражение	Объяснять	Оканчивать обучение, выпускаться	Знать

받침: ㄴ

언니	신랑	신부	친척	외삼촌	장인	남편	어린이
older sister	bridegroom	bride	relative	uncle	father-in-law	husband	kid
姐姐	新郎	新娘	亲戚	舅舅	丈人，匠人	丈夫	儿童
お姉さん	新郎	新婦	親戚	おじさん	丈人	夫	子供
Chị (em gái gọi)	Chú rể	Cô dâu	Họ hàng	Cậu	Bố vợ	Chồng	Trẻ nhỏ
Старшая сестра	Жених	Невеста	Родственники	Дядя по материнской линии	Тесть	Муж	Дитя

청소년	청년	어른	노인	선배	친구	연인	애인
youth	young adult	adult	old/senior	senior	friend	lover	lover
青少年	青年	成人	老人	前辈	朋友	情人	爱人
青少年	青年	大人	老人	先輩	友達	恋人	恋人
Thanh thiếu niên	Thanh niên	Người lớn	Người già	Tiền bối	Bạn bè	Người yêu	Người yêu
Подросток	Юноша	Взрослый человек	Пожилой (старый) человек	старший; старший по учёбе	Друг	Влюблённая парочка	Любимый человек

결혼	인생	국민	시민	주인	집주인	회원	타인
marriage	life	people	citizen	host/lord	host	member	third person
结婚	人生	国民	市民	主人	房主	会员	他人
結婚	人生	国民	市民	主人	家主	会員	他人
Sự kết hôn	Cuộc đời	Nhân dân	Dân thành thị	Chủ nhân	Chủ nhà	Hội viên	Người khác
Женитьба	Жизнь	Народ, гражданин	Горожанин; гражданин	Хозяин,	Хозяин (владелец дома)	Член, состоять в рядах какой-либо организации.	Чужой человек

은행원	회사원	변호사	간호사	운전기사	군인	운동선수	공무원
bank teller	clerk	lawyer	nurse	driver	soldier	athlete	government employee
银行员	会社员	律师	护士	司机	军人	运动选手	公务员
銀行員	会社員	弁護士	看護師	運転手	軍人	運動選手	公務員
Nhân viên ngân hàng	Nhân viên công ty	Luật sư	Y tá	Tài xế	Quân nhân	Vận động viên, cầu thủ	Công chức
Банковский служащий	Работник/служащий компании	Юрист, адвокат	Медсестра	Водитель	Солдат	Спортсмен	nhà nước

아나운서	연예인	시간	기간	현재	오전	년	분
announcer	performer	time	period	current	morning	year	minute
主持人	演艺人	时间	期间	现在	上午	年	分钟
アナウンサー	エンターテイナー	時間	期間	現在	午前	年	分
Phát thanh viên	Nghệ sĩ	Thời gian	Thời hạn	Hiện tại	Buổi sáng	Năm	Phút
Диктор	Артист	Время	Период	Настоящее время	Первая половина дня	Год	Минута

지난주	이번주	작년	내년	춘하추동	언제나	영원히	도서관
last week	this week	last year	next year	spring summer fall winter	always	forever	library
上周	这周	去年	明年	春夏秋冬	无论何时	永远	图书馆
先週	今週	昨年	来年	春夏秋冬	いつでも	永遠に	図書館
Tuần trước	Tuần này	Năm ngoái	Năm sau	Xuân hạ thu đông	Luôn luôn	Mãi mãi	Thư viện
Прошлая неделя	Эта неделя	Прошлый год	Следующий год	Четыре времени года	Всегда, в любое время	Вечно	Библиотека

대사관	체육관	미술관	기념관	운동장	공원	식물원	동물원
embassy	gym	art gallery	memorial hall	playground	park	botanical garden	zoo
大使馆	体育馆	美术馆	纪念馆	运动场	公园	植物园	动物园
大使館	体育館	美術館	記念館	運動場	公園	植物園	動物園
Đại sứ quán	Nhà thi đấu	Bảo tàng mĩ thuật	Nhà tưởng niệm	Sân vận động	Công viên	Vườn thực vật	Sở thú
Посольство	Спортзал	Музей изобразительного искусства	Мемориальный комплекс	Стадион	Парк	Ботаническо́й сад	Зоопарк

박물관	유치원	대학원	반	선생님	사전	운동회	순서
museum	kindergarten/preschool	graduate school	class	teacher	dictionary	sports day	order
博物馆	幼稚园	研究院	班级	老师	词典	运动会	顺序
博物館	幼稚園	大学院	組、クラス	先生	辞書	運動会	順番
Viện bảo tàng	Trường mầm non	Trường cao học	Lớp	Giáo viên	Từ điển	Đại hội thể thao	Thứ tự
Музей	Детский сад	Высшая школа	Класс	Учитель, преподаватель	Словарь	День спортивных состязаний; день спорта	Очередь

질문	시간표	전공	개근	학년	1학년	대문	정원
question	time table	major	perfect attendance	grade	first year freshman	main gate	garden
疑问	时间表	专修	全勤	学年	1年级	大门	庭院
質問	時間表	専攻	皆勤	学年	一年生	正門	庭
Câu hỏi	Thời gian biểu	Chuyên ngành	Sự chuyên cần	Năm học	Năm nhất	Cửa chính (cổng)	Vườn
Вопрос	Расписание	Специальность, специализация	Абсолютная посещаемость	Учебный год	Первокурсник	Главный вход;	Сад

계단	현관	문	천장	창문	선물	반지	편지
stairs	entrance/door	gate	ceiling	window	gift	ring	letter
阶梯	玄关	门	天棚	窗户	礼物	戒指	信
階段	玄関	ドア、門	天井	窓	ギフト	指輪	手紙
Cầu thang	Lối vào nhà	Cửa	Trần nhà	Cửa sổ	Món quà	Nhẫn	Bức thư
Лестница	Входные ворота	Дверь	Потолок	Окно	Подарок	Кольцо	Письмо

사진	신분증	연필	볼펜	수건	프라이팬	만화	자판기
photo	id card	pencil	ball point pen	towel	fry pan	cartoon	vending machine
照片	身份证	铅笔	圆珠笔	手巾	煎锅	漫画	自动售货机
写真	身分証明書	鉛筆	ボールペン	タオル	フライパン	漫画	自動販売機
Bức ảnh	Giấy tờ tùy thân	Bút chì	Bút bi	Khăn	Chảo rán	Truyện tranh	Máy bán hàng tự động
Фотография	Идентификационная карта	Карандаш	Шариковая авторучка	Полотенце; платок	Сковорода	Комикс	Автомат

잔치	산책	반바지	운동복	한복	손수건	신발	운동화
feast	walk	shorts	sportswear	Korean Traditional Clothes	handkerchief	shoes	sneakers
宴会	散步	短裤	运动服	韩服	手帕	鞋	运动鞋
宴会	散歩	半ズボン	トレーニングウエア	ハンボク	ハンカチ	靴	運動靴
Bữa tiệc	Sự đi dạo	Quần lửng, quần đùi	Áo quần thể thao	Hanbok	Khăn tay	Giày dép	Giày thể thao
пир; праздник; вечёринка	Прогулка	Шорты	Спортивный костюм	Корейский национальный костюм	Носовой платок	Обувь	Кроссовки

우산	신체	눈	눈물	눈썹	혈관	호르몬	면역
umbrella	body	eye	tears	eyebrow	blood vessel	hormone	immunity
雨伞	身体	眼睛	眼泪	眼眉	血管	荷尔蒙	免疫
傘	身体	目	涙	眉毛	血管	ホルモン	免疫
Cái dù, ô	Cơ thể	Mắt	Nước mắt	Lông mày	Mạch máu (huyết quản)	Hormone	Sự miễn dịch
Зонт	Человеческое тело	Глаза	Слёзы	Брови	Кровеносный сосуд	Гормоны	Иммунитет

손	손목	손등	손바닥	손가락	손톱	지문	오른손
hand	wrist	back of the hand	palm	finger	nail	finger print	right hand
手	手腕	手背	手掌	手指	指甲	指纹	右手
手	手首	手の甲	手のひら	指	つめ	指紋	右手
Bàn tay	Cổ tay	Mu bàn tay	Lòng bàn tay	Ngón tay	Móng tay	Vân tay	Bàn tay phải
Рука, кисть	Запястье	Тыльная сторона ладони	Ладонь	Палец на руке	Ноготь (на руке)	Отпечаток пальца	Правая рука

왼손	오른발	왼발	오렌지	한식	반찬	냉면	라면
left hand	right foot	left foot	orange	Korean food	side dish	cold noodle	ramen
左手	右脚	左脚	橙子	韩食	小菜	凉面	拉面
左手	右足	左足	オレンジ	韓国料理	おかず	冷麺	ラーメン
Bàn tay trái	Bàn chân phải	Bàn chân trái	Quả cam	Món ăn Hàn	Món ăn kèm	Mì lạnh	Mì gói
Левая рука	Правая нога	Левая нога	Апельсин	Корейская кухня	Салаты к рису	Холодная лапша	Рамён

만두	지장면	샌드위치	치킨	간장	계란	가전제품	선풍기
dumpling	black bean noodle	sandwich	chicken	soy source	egg	home appliance	pan
饺子	炸酱面	三明治	炸鸡	酱油	鸡蛋	家电产品	电风扇
餃子	ジャージャーメン	サンドイッチ	チキン	しょうゆ	卵	家電製品	扇風機
Bánh há cảo	Mì tương đen	Sandwich	Gà	Xì dầu	Trứng gà	Thiết bị gia dụng	Quạt
Манты	Чжачжанг-мён	Сэндвич	Курица в кляре	Соевый соус	Яйца	Бытовая техника	Вентилятор

에어컨	휴대폰	프린터	자전거	편도	국제선	국내선	면세점
air conditioner	cell phone	printer	bicycle	one way	international airline	domestic airline	duty free shop
空调	手机	打印机	自行车	单程	国际线	国内线	免税店
エアコン	携帯	プリンター	自転車	片道	国際線	国内線	免税店
Máy lạnh (điều hòa)	Điện thoại di động	Máy in	Xe đạp	Một chiều	Tuyến quốc tế	Tuyến quốc nội	Cửa hàng miễn thuế
Кондиционер	Мобильный телефон	Принтер	Велосипед	В один конец	Международные авиалинии	Внутренние авиалинии	Магазин беспошлинной торговли

승무원	운전면허증	안전벨트	좌회전	우회전	유턴	신호등	횡단보도
crew	driver's license	seat belt	left turn	right turn	u turn	traffic lights	pedestrian crossing
乘务员	驾照	安全带	左转	右转	掉头	信号灯	人行横道
乗務員	運転免許証	シートベルト	左折	右折	ユーターン	信号	横断歩道
Tiếp viên hàng không	Bằng lái xe	Dây an toàn	Sự rẽ trái	Sự rẽ phải	Sự quay đầu (xe)	Đèn giao thông	Vạch sang đường
Бортпроводник, стюардесса	Водительские права	Ремень безопасности	Поворот налево	Поворот направо	Разворот	Светофор	Пешеходный переход

초보운전	음주운전	속도위반	신호위반	연구소	생산부	품질관리부	판매
beginner driving	drunk driving	speeding	signal violation	research institute	production part	quality control part	sale
新手驾车	酒驾	超速	违反信号灯	研究所	生产部	品质管理部	销售
初心運転者	酔っぱらい運転	速度違反	信号違反	研究所	生産部	品質管理	販売
Người mới lái xe	Lái xe khi say rượu	Vi phạm tốc độ	Vi phạm đèn tín hiệu (giao thông)	Viện nghiên cứu	Bộ phận sản xuất	Bộ phận quản lí chất lượng	Sự bán hàng
Стажёр (по вождению)	Вождение в нетрезвом состоянии	Превышение скорости.	Проезд на запрещающий сигнал светофора	Научно-исследовательский институт	Отдел производства	Отдел управления качеством товара	Продажа, сбыт

출근	퇴근	직원	연봉	병원	이비인후과	정신과	산부인과
going to work	leave the office	employee	annual salary	hospital	otorhinolaryngology	psychiatry	obstetrics and gynecology
上班	下班	职员	年薪	医院	耳鼻喉科	精神科	产妇科
出勤	退勤	職員	年給	病院	耳鼻咽喉科	精神科	産婦人科
Sự đi làm	Sự tan làm	Nhân viên	Lương hàng năm	Bệnh viện	Khoa tai mũi họng	Khoa thần kinh	Khoa sản
Идти (выход) на работу	Уход с места работы после завершения рабочего дня.	Сотрудник	Годовой оклад	Больница	Отоларингология;	Психиатрия	Акушерство и гинекология

건강검진	진단	입원	퇴원	병문안	건강	관절염	간염
medical examination	diagnosis	hospitalization	leaving hospital	patient visiting	health	arthritis	hepatitis
健康检查	诊断	住院	出院	探病	健康	关节炎	肝炎
健康検診	診断	入院	退院	お見舞い	健康	関節炎	肝炎
Kiểm tra sức khỏe	Sự chuẩn đoán(khám bệnh)	Sự nhập viện	Sự xuất viện	Sự thăm bệnh	Sức khỏe	Viêm xương khớp	Viêm gan
Медицинский осмотр	Диагноз	Госпитализация	Выписка из больницы	Посещение больного	Здоровье	Артрит	Гепатит

진통제	번호	비밀번호	왼쪽	오른쪽	가운데	안	전체
pain-killer	number	password	left	right	center	inside	whole/all
止痛剂	号码	密码	左面	右面	中间	中间	全体
止痛薬	番号	パスワード	左	右	中	内	全体
Thuốc giảm đau	Số	Mật khẩu	Bên trái	Bên phải	Giữa	Trong	Toàn thể
Обезболивающее средство	Номер	Пароль	Левая сторона	Правая сторона	Середина, посередине	Внутреняя сторона	Весь, всё

운동	태권도	마라톤	배드민턴	등산	연습	사진	인형
workout	taekwondo	marathon	badminton	mountain climbing/hiking	practice	photograph	doll
运动	跆拳道	马拉松	羽毛球	登山	练习	照片	布娃娃
運動	テクォンドー	マラソン	バドミントン	登山	練習	写真	人形
Thể dục, vận động	Taekwondo	Marathon	Cầu lông	Sự leo núi	Sự luyện tập	bệnh truyền nhiễm	Búp bê
Спорт, физическая культура	Тхэквондо	Марафон	Бадминтон	Восхождение на гору, альпинизм	Тренировка, репетиция, практика	Фотография	Кукла

장난감	문화	콘서트	연극	공연	연주회	전시회	디자인
toy	culture	concert	drama	concert	concert/recital	exhibition	design
玩具	文化	演唱会	话剧	公演	演奏会	展示会	设计
おもちゃ	文化	コンサート	演劇	公演	演奏会	展示会	デザイン
Đồ chơi	Văn hóa	Buổi biểu diễn, nhạc hội	Vở kịch	Công diễn	Buổi hòa nhạc,buổi trình diễn	Buổi triển lãm	Thiết kế
Игрушка	Культура	Концерт	Пьеса, спектакль	Представление, выступление	Концерт с исполнением музыкального произведения.	Выставка	Дизайн

건축	문학	바이올린	은행	돈	동전	현금	환전
architecture	**literature**	**violin**	**bank**	**money**	**coin**	**cash**	**money exchange**
建筑	文学	小提琴	银行	钱	硬币	现金	兑换
建築	文学	バイオリン	銀行	お金	コイン	現金	両替
Kiến trúc	Văn học	Violin	Ngân hàng	Tiền	Tiền xu	Tiền mặt	Sự đổi tiền
Архитектура	Литература	Скрипка	Банк	Деньги	Монета	Наличные	Обмен валюты

환율	상환	회원가입	주문	신용카드	반품	환불	할인
money exchange rate	**repayment**	**membership sign up**	**order**	**credit card**	**return**	**refund**	**bargain**
汇率	偿还	加入会员	订货	信用卡	退货	退款	打折
為替レート	引き替え	会員加入	注文	クレジットカード	返品	払い戻す	割引
Tỷ giá hối đoái	Sự trả nợ	Sự gia nhập hội viên, đăng ký hội viên	Sự gọi món	Thẻ tín dụng	Sự trả hàng	Sự hoàn tiền	Sự giảm giá
Курс обмена валюты	Погашение	Зарегистрировать аккаунт	Заказ	Кредитная карта	Возврат	Возврат уплаченных денег.	Скидка

편의점	기린	원숭이	세균	진균	곤충	생선	문어
convenient store	**giraffe**	**monkey**	**virus/bacteria**	**mycosis**	**insect**	**fish**	**octopus**
便利店	长颈鹿	猴子	细菌	真菌	昆虫	鱼（吃的鱼）	章鱼
コンビに	キリン	猿	細菌	真菌	昆虫	魚	タコ
Cửa hàng tiện lợi	Hươu cao cổ	Con khỉ	Vi khuẩn	Bệnh nấm da	Côn trùng	Cá	Bạch tuộc
Круглосуточный магазин	Жираф	Обезьяна	Бактери, микроб	Микоз	Насекомое	Рыба	Осьминог

자연	환경	환경보호	지구온난화	산	화산	온천	지진
nature	**environment**	**protection of environment**	**global warming**	**mountain**	**volcano**	**hot springs**	**earthquake**
自然	环境	环境保护	地球温暖化	山	火山	温泉	地震
自然	環境	環境保護	地球温暖化	山	火山	温泉	地震
Tự nhiên	Môi trường	Bảo vệ môi trường	Hiện tượng trái đất nóng lên	Núi	Núi lửa	Suối nước nóng	Động đất
Природа	Окружающая среда	Охрана окружающей среды	Глобальное потепление	Горы	Вулкан	Горячий источник	Землетрясение

눈	안개	번개	건기	한대	온대	해변	염전
snow	**fog**	**lightning**	**dry season**	**arctic regions**	**temperate zone**	**beach**	**salt field**
雪，眼睛	雾气	闪电	旱季	现代	温带	海边	盐田
雪	霧	稲光	乾季	寒帯	温帯	海辺	塩田
Tuyết	Sương mù	Tia chớp	Mùa khô	Hàn đới	Ôn đới	Bãi biển	Ruộng muối
Снег	Туман	Молния	Сезон засухи	Арктический (полярный) пояс	Зона с умеренным климатом	Пляж	Солевые прииски

한국	일본	대만	필리핀	인도네시아	미얀마	인도	뉴질랜드
Korea	**Japan**	**Taiwan**	**Philippines**	**Indonesia**	**Myanmar**	**India**	**New Zealand**
韩国	日本	台湾	菲律宾	印度尼西亚	缅甸	印度	新西兰
韓国	日本	台湾	フィリピン	インドネシア	ミャンマー	インド	ニュージーランド
Hàn Quốc	Nhật Bản	Đài Loan	Philippines	Indonesia	Myanmar	Ấn Độ	New Zealand
Корея	Япония	Тайвань	Филиппины	Индонезия	Мьянма	Индия	Новая Зеландия

아르헨티나	스페인	호치민	프놈펜	비엔티엔	양곤	워싱턴	런던
Argentina	**Spain**	**Ho Chi Minh**	**Phnompenh**	**Vientiane**	**Yangon**	**Washington**	**London**
阿根廷	西班牙	胡志明（越南）	金边	万象，老挝的首都	仰光，缅甸的首都	华盛顿	伦敦
アルゼンチン	スペイン	ホーチミン	プノンペン	ビエンチャン	ヤンゴン	ワシントン	ロンドン
Argentina	Tây Ban Nha	Hồ Chí Minh (Sài Gòn)	Phnompenh	Viêng Chăn	Yangon	Washington	Luân Đôn
Аргентина	Испания	Хошимин	Пномпень	Вьентьян	Янгон	Вашингтон	Лондон

베를린	여권	우주선	광년	성운	전기	전자	유전자
Berlin	**passport**	**spaceship**	**light year**	**nebula**	**electricity**	**electron**	**gene**
柏林	护照	宇宙飞船	光年	星云	电气	电子，前者	遗传基因
ベルリン	パスポート	宇宙船	光年	星雲	電気	電子	遺伝子
Berlin	Hộ chiếu	Tàu vũ trụ	Năm ánh sáng	Tinh vân	Điện	Điện tử	Mã gen di truyền
Берлин	Паспорт	Космический корабль	Световой год	Галактическая туманность	Электричество	Электрон	Гены

온도	기온	수온	면적	빨간색	노란색	파란색	흰색
temperature	**air temperature**	**water temperature**	**area**	**red color**	**yellow color**	**blue color**	**white color**
温度	气温	水温	面积	红色	黄色	蓝色	白色
温度	気温	水温	面積	赤色	黄色	青色	白い色
Nhiệt độ	Nhiệt độ không khí	Nhiệt độ nước	Diện tích	Màu đỏ	Màu vàng	Màu xanh dương	Màu trắng
Температура	Температура воздуха	Температура воды	Площадь	Красный цвет	Жёлтый цвет	Синий цвет	Белый цвет

검은색	분홍색	천(1,000)	만(10,000)	백만	선	천사	관계
black color	**pink color**	**thousand**	**ten thousand**	**million**	**goodness**	**angel**	**relation**
黑色	粉红色	千	一万	百万	线，善良，相亲	天使	关系
黒色	ピンク色	千	万	百万	線、ライン	天使	関係
Màu đen	Màu hồng	Nghìn	Mười nghìn	Triệu	Đường (thẳng, cong)	Thiên thần	Mối quan hệ
Чёрный цвет	Розовый цвет	Тысяча	Десять тысяч	Миллион	Добро	Ангел	Отношения

환영	관심	칭찬	존경	인기	기분	분위기	편리
welcome	**interest**	**compliment**	**respect**	**popularity**	**mood/condition**	**mood**	**convenience**
欢迎	关心	称赞	尊敬	人气	心情	氛围	便利
歓迎	関心	称賛	尊敬	人気	気分	雰囲気	便利
Sự hoan nghênh	Sự quan tâm	Sự khen ngợi	Sự tôn kính	Độ yêu thích	Tâm trạng	Bầu không khí	Sự tiện lợi
Приветствие, приём	Интерес	Похвала	Уважение	Популярность	Настроение	Атмосфера, обстановка; среда	Удобство

불편	불안	피곤	연결	준비	언어	습관	자연보호
inconvenience	**worry/anxiety**	**tired**	**connection**	**preparation**	**language**	**custom**	**nature conservation**
不便	不安	疲劳	连接	准备	语言	习惯	自然保护
不便	不安	疲労	連結	準備	言語	習慣	自然保護
Sự bất tiện	Sự bất an	Sự mệt mỏi	Sự liên kết	Sự chuẩn bị	Ngôn ngữ	Thói quen	Bảo vệ tự nhiên
Дискомфорт	Тревога	Усталость	Соединение	Подготовка	Язык (речь)	Привычка	Охрана природы

주변	하지만	그렇지만	또한	왜냐하면	처방전	인공위성	한과
surroundings	**however/but**	**nevertheless/ nonetheless**	**also**	**because**	**prescription**	**satellite**	**Korean sweets**
周边	但是，然而	但，可是，却	也，同样	因为	处方笺	人造卫星	油炸蜜果
居回り	しかし	だが、しかし	また	なぜなら	処方箋	人工衛星	韓国お菓
Xung quanh	Tuy nhiên	Tuy nhiên	Hơn nữa	Bởi vì	Đơn thuốc	Vệ tinh nhân tạo	Bánh kẹo truyền thống Hàn Quốc
Окружение	Однако, но	Несмотря на, тем не менее	Также	Потому что	Предписание врача	Искусственный спутник	Корейские сладости

한옥	부산	대전	인천	간단하다	단순하다	분명하다	친하다
Korean-style house	**Busan**	**Daejon**	**Incheon**	**simple**	**simple/clueless**	**clear**	**close (friend)**
韩式屋子	釜山	大田	仁川	简单	简单，单纯	分明，明显	亲近
韓屋、ハノク	プサン	テジョン	インチョン	簡単だ	シンプルだ	明らかだ	親しい
Nhà truyền thống Hàn Quốc	Busan	Daejon	Incheon	Đơn giản	Đơn thuần	Rõ ràng	Thân thiết
Дом, построенный в корейском стиле	Пусан	Тэджон	Инчон	Простой; лёгкий; несложный	Простой, незамысловатый, незатейливый	Ясный, определённый	Дружить, близкий

편하다	편리하다	불편하다	친절하다	반갑다	미안하다	부지런하다	한가하다
convenient	**convenient**	**inconvenient**	**kind**	**glad**	**sorry**	**diligent**	**free**
舒服	便利	不便	亲切	愉快	抱歉	勤劳	闲暇
楽だ	便だ	不だ	親切だ	懐かしい	済まない	勤勉だ	暇だ
Thoải mái, tiện lợi	Tiện lợi	Bất tiện	Thân thiện	Hân hạnh, vui mừng	Xin lỗi	Siêng năng	Rảnh rỗi
Удобный, лёгкий	Комфортабельный	Неудобный	Вежливый	Радушный	Извиняться	Прилежный	Быть свободным, иметь свободное время

시원하다	선선하다	신선하다	진하다	충분하다	튼튼하다	전화하다	준비하다
cool	**cool**	**fresh**	**deep/thick**	**sufficient**	**strong**	**call**	**prepare**
凉爽，顺畅	凉爽	新鲜	浓厚	充分	结实	打电话	准备
涼しい	さわやかだ	新鮮だ	濃い	十分だ	丈夫だ	電話する	準備する
Mát mẻ	Mát rượi, mát lạnh	Mới mẻ, tươi mới	Đậm/dày	Đầy đủ	Chắc chắn, vững chãi	Gọi điện thoại	Chuẩn bị
Прохладный	Свежий (о чувстве лёгкого холодка).	свежий	Густой, крепкий	Достаточный	Крепкий, прочный	Звонить	Приготовлять

신다	만나다	인사하다	선택하다	결혼하다	전하다	연주하다	인정받다
put on	**meet**	**greet**	**select**	**marry**	**bring/tell**	**play**	**recognized**
穿（袜子，鞋）	见面	打招呼	选择	结婚	传达	演奏	被认可
履く	会う	挨拶する	選ぶ	結婚する	伝える	演奏する	認定される
Mang (giày dép)	Gặp gỡ	Chào hỏi	Lựa chọn	Kết hôn	Chuyển	Biểu diễn	Được công nhận
Обуваться	Встречаться	Приветствовать	Выбирать	Жениться, выходить замуж	Передавать	Исполнять	Получать признание

만지다	변하다	던지다	그만두다	건너다	연구하다	건설하다
touch	**change**	**throw**	**stop**	**cross**	**study**	**build/construct**
抚摸	改变	扔，投	停止，放弃	渡过，穿过	研究	建设
触る	変わる	投げる	やめる	渡る	研究する	建設する
Chạm, sờ	Biến đổi	Ném	Dừng lại, nghỉ việc	Băng qua	Nghiên cứu	Xây dựng
Трогать	Меняться	Бросать, кидать	Уволиться	Переходить	Исследовать, изучать	Строить, сооружать

16 받침: ㄷ, ㅌ, ㅅ, ㅆ, ㅈ, ㅊ, ㅎ

이웃	닷새	낮	낫	낯	못	젓가락	숟가락
neighbor	**five days**	**the day**	**sickle**	**face**	**nail**	**chopsticks**	**spoon**
邻居	五天	白天	镰刀	脸，脸面	钉子，池塘	筷子	勺子
隣近所	五日	昼	鎌	顔	釘	箸	スプーン
Hàng xóm	Năm ngày	Ban ngày	Cái liềm	Diện mạo	Cái đinh	Đũa	Muỗng
Сосед	Пять дней	День	Серп	Лицо	nail	Палочки	Ложка
빗	빚	빛	그릇	옷걸이	옷장	칫솔	잇몸
comb	**debt**	**light**	**bowl**	**hanger**	**closet**	**toothbrush**	**gum**
梳子	债务	光线	碗，器皿，错误	衣挂	衣柜	牙刷	牙龈
くし	借金	光	器	ハンガー	箪笥	歯ブラシ	歯茎
Cái lược	Món nợ	Ánh sáng	Cái bát	Móc treo quần áo	Tủ quần áo	Bàn chải đánh răng	Chân răng (lợi)
Расчёска	Долг	Свет	Тарелка	Вешалка	Шифоньер	Зубная щётка	Десна
맛	삼겹살	초콜릿	낫다	콧물	댓글	인터넷	트럼펫
taste	**pork belly**	**chocolate**	**recover**	**runny nose**	**reply**	**internet**	**trumpet**
味道	五花肉	巧克力	痊愈	鼻涕	跟帖	网络	小号
味	サムギョプサル	チョコレート	直る、よい	鼻水	リプライ	インターネット	トランペット
Vị	Thịt ba chỉ	Sô cô la	Tốt hơn	Nước mũi	Bình luận	Internet	Kèn trumpet
Вкус	Самгёпсаль	Шоколад	Лучший	Сопли	Комментарии	Интернет	Труба(музыкальная)
인터넷뱅킹	슈퍼마켓	꽃	꽃다발	밭	햇빛	숫자	빨갛다
internet banking	**supermarket**	**flower**	**a bunch of flowers**	**field**	**sunlight**	**number**	**red**
网上金融	超市	花	花束	天地	阳光	数字	深红，通红
インターネットバンキング	スーパーマーケット	花	花畑	畑	日の光	数字	赤い
Ngân hàng điện tử	Siêu thị	Hoa	Bó hoa	Cánh đồng	Ánh sáng mặt trời	Chữ số	Đỏ
Интернет-банкинг	Супермаркет	Цветы	Букет цветов	Поле	Солнечные лучи	Цифра	Красный
노랗다	파랗다	하얗다	까맣다	셋	넷	다섯	여섯
yellow	**blue**	**white**	**black**	**three**	**four**	**five**	**six**
黄灿灿的	湛蓝，鲜绿	雪白	漆黑	三	四	五	六
黄色い	青い	白い	黒い	三	四、四		六
Vàng	Xanh dương	Trắng	Đen	Số ba	Số bốn	Số năm	Số sáu
Жёлтый	Синий	Белый	Чёрный	Три	Четыре	Пять	Шесть
뜻	멋	웃음	윷놀이	거짓말	재미있다	낮다	같다
meaning	**stylish**	**smile**	**game of yut**	**lie**	**funny/interesting**	**low**	**the same/equal**
意思	姿态，风度	笑容	掷栖游戏	谎话	有趣	低矮	一样，相同
意味	しゃれ	笑い	ユンノリ	嘘	面白い	低い	同じ
Ý nghĩa	Vẻ hấp dẫn	Nụ cười	Trò chơi Yut	Lời nói dối	Thú vị	Thấp	Giống
Значение	Привлекательность; элегантность; вкус	Смех	Игра «Ют»	Ложь	Интересный	Низкий	Схожий, одинаковый

얕다	굳다	못하다	따뜻하다	깨끗하다	못생기다	알맞다	걷다
shallow	harden	cannot/unable to	warm	clean	ugly	fit	walk
浅，低	变硬，坚固	不能，无法	温暖，暖和	干净	丑，难看	合适，符合	走
浅い	固い	できない	暖かい	きれい	醜い	適当だ	歩く
Cạn	Cứng	Không thể	Ấm áp	Sạch sẽ	Xấu xí	Phù hợp	Đi bộ
Неглубокий	Затвердевать, твёрдый	Не мочь, не уметь	Тёплый	Чистый	Некрасивый; неприятный; уродливый	Подходящий; соответствующий	Идти пешком
닫다	벗다	씻다	젖다	끝나다	받다	넣다	놓다
close	take off	clean	wet	finish	accept	put in	put
关闭	脱去	洗，洗涤	湿，沉浸	接受	得到，接受	放进	松开，放下
閉める	脱ぐ	洗う	ぬれる	終わる	受ける	入れる	置く
Đóng	Cởi	Rửa	Ướt	Kết thúc	Nhận	Bỏ vào	Đặt, để
Закрывать	Снимать	clean	wet	Завершаться	Принимать, получать	Вложить	Класть
쌓다	맞추다	잊다	찾다	웃다	싣다	듣다	묻다
accumulate/pile up	fit	forget	find/seek	laugh	load	hear/listen	ask
堆积	停止	忘记	寻找	笑	穿（鞋，袜子）	听	问，埋
積む	合わせる	忘れる	探す	笑う	のせる	聞く	問う
Chồng chất	Làm cho khớp	Quên	Tìm kiếm	Cười	Chất lên	Nghe	Hỏi
Складывать; возводить	Проноравливат; подстраивать; угадывать	Забывать	Искать; находить	Смеяться	Грузить	Слышать	Спрашивать

맺다	낳다	낫다	붙다
bear (fruits)	bring/bear	better	glue/attach
结	生	痊愈	贴，合格
結ぶ	生む	勝る	付く
Kết trái/thiết lập	Sinh	Gắn	dính lại
Образовываться	Приносить; рожать	Поправляться	Клеить; прикреплять

받침: 겹받침

값	몫	여덟	늙다	많다	없다	재미없다	넓다
cost	share/portion	eight	be old	many	there is none	boring	broad/huge
价钱	份额，份儿	八	老	多	没有	无趣	广阔
値、値段	分け前	八	年取る	多い	ない	面白くない	広い
Giá cả	Phần	Số tám	Già	Nhiều	Không có	Không thú vị	Rộng
Цена	Доля, роль	Восемь	Стареть	Много	Не быть, не иметься	Неинтересный	broad/huge
밝다	**굵다**	**얇다**	**귀찮다**	**맑다**	**짧다**	**편찮다**	**앉다**
bright	thick	thin	bothering/annoying	clear	short	sick	sit down
明亮	粗大	薄	麻烦	清澈	短	不舒服	坐
明るい	太い	細い	厄介だ	清い	短い	楽でない	る
Sáng	Thô, dày dặn	Mỏng	Phiền phức	Trong trẻo	Ngắn	Ốm, không khỏe	Ngồi
Светлый	Толстый	Тонкий	Надоевший; надоедливый	Прозрачный	Короткий	Болеть	Садиться
잃다	**끊다**	**젊다**	**닮다**	**밟다**	**닭**	**흙**	**붉다**
lose	cut	young	resemble	step on	chicken	soil	red
丢失	切断	年轻	像，相似	踩踏	鸡	泥土	红的
失う	切る	若い	似合う	踏む	鶏	土	赤い
Mất	Ngắt, cắt đứt	Trẻ	Giống	Dẫm đạp	Gà	Đất	Đỏ thẫm
Терять	Резать	Молодой	Быть похожим друг на друга	Наступать	Курица	Почва, земля,	Красный

20 받침: 연음

가족이	가족을	이웃에게	직업은	시간이	일요일	월요일	목요일
family	family	neighbor	job	time	Sunday	Monday	Thursday
家族	家族	给邻居	职业	时间	星期天	星期一	星期四
家族が	家族を	隣近所に	職業は	時間が	日曜日	月曜日	木曜日
Gia đình	Gia đình	Hàng xóm	Công việc, nghề nghiệp	Thời gian	Chù nhật	Thứ hai	Thứ năm
Семья	Семью	Соседу	Работа	Время	Воскресенье	Понедельник	Четверг

금요일에	교수님이	잠을	신발을	눈이	수박을	음식은	쌀을
Friday	professor	sleep	shoes	snow/eye	watermelon	food	rice
在星期五	教授	睡眠	鞋子	眼睛/雪	西瓜	食物	大米
金曜日に	教授が	睡眠を	靴を	雪が、目が	すいかを	食べ物は	米を
Thứ sáu	Giáo sư	Giấc ngủ	Giày	Tuyết/ mắt	Dưa hấu	Thức ăn	Gạo
В пятницу	Профессор	Сон	Обувь	Снег; глаза	Арбуз	Еда	рис

술을	휴대폰을	신호위반을	직원이	응급실에	암에	부작용	댓글을
alcohol/liquor	cellphone	violation	employee	emergency	cancer	side effect	reply
酒	手机	违法信号灯	职员	在急诊室	对于癌症	副作用	跟帖
お酒を	携帯を	信号違反を	職員が	応急室へ	癌に	副作用	リプライを
Rượu	Điện thoại di động	Vi phạm đèn tín hiệu	Nhân viên	Phòng cấp cứu	Ung thư	Tác dụng phụ	Bình luận
Водку	Мобильный телефон	Нарушение сигнала	Сотрудник	В реанимации	**в раке	Побочный действие	Комментарии

밖으로	옆에	앞에	연습을	음악을	트럼펫을	값이	닭이
outside	beside	front	practice	music	trumpet	cost	chicken
往出	在旁边	在前面	练习	音乐	小号	价格	鸡
外へ	横へ	前へ	練習を	音楽を	トランペットを	値が	鶏が
Bên ngoài	Bên cạnh	Phía trước	Luyện tập	Âm nhạc	Kèn trumpet	Chi phí	Gà
На улицу	В сторону	Спереди, впереди	Практику;тренировку; репетицию	Музыку	Трубу	Цена	Курица

세균이	생선을	꽃이	유럽에	베트남에서	서울에서	별이	면적이
virus	fish	flower	in Europe	in Vietnam	in Seoul	star	area
细菌	鱼（食用）	花	在澳洲	从越南/在越南	从首尔/在首尔	星星	面积
細菌が	魚を	花が	ヨーロッパへ	ベトナムで	ソウルで	星が	面積が
Vi khuẩn	Cá	Hoa	Ở châu Âu	Ở Việt Nam	Ở Seoul	Ngôi sao	Diện tích
Вирус	Рыбу	Цветы	В Европе	во Вьетнаме	в Сеуле	Звезда	area

검은색을	그들은	믿음이	재미없어요	높아요	낮아요	읽어요	앉아요
black color	they	faith	boring	high	low	read	sit down
黑色	他们	信任，信赖	无趣	高大	矮小	读	坐下
黑色を	彼らは	信頼が	面白くないです	遊びます	低いです	読みます	座ります
Màu đen	Bọn họ	Niềm tin	Không thú vị	Cao	Thấp	Đọc	Ngồi
Чёрный цвет	Они	Вера	Неинтерсный, неинтересно	Высоко	Низко	***Читаю	Садитесь

없어요	일어나다	넘어지다	볶음밥	떡볶이
there is none	stand up/get up	fall down	mixed rice	tteok-bokki
没有	起床，起来	摔倒	炒饭	炒年糕
ありません/ない	立つ	転ぶ	チャーハン	トッポッキ
Không có	Thức dậy, đứng dậy	Ngã, té xuống	Cơm chiên	Bánh gạo cay
***Не иметь	Вставать	Падать	Жаренный рис	Ттокпокки

02

시제

—

동사 & 형용사

기본형		현재	과거	미래
먹다	**eat**			
	吃			
	食べる			
	ăn			
	Есть			
적다	**a little**			
	渺小			
	書く			
	ít			
	Немногочисленный, мало			
작다	**small**			
	渺小			
	小さい			
	nhỏ			
	Маленький			
씻다	**clean**			
	洗，洗刷			
	洗う			
	rửa			
	Мыть(ся)			
웃다	**laugh**			
	笑			
	笑う			
	cười			
	Смеяться			
찾다	**seek, find**			
	寻找			
	探す			
	tìm kiếm			
	Искать, находить			
늦다	**late**			
	迟到，晚			
	遅い			
	muộn			
	Опаздывать			
놓다	**put down**			
	放下，放弃			
	置く			
	đặt, để			
	Поставить, ставить на			
신다	**put on**			
	穿(鞋，袜子)			
	履く			
	mang (giày dép, tất)			
	Обуваться			

기본형		현재	과거	미래
읽다	**read**			
	读，看			
	読む			
	đọc			
	Читать			
앉다	**sit down**			
	坐			
	座る			
	ngồi xuống			
	Садиться			
잃다	**lose**			
	丢失			
	忘れる			
	mất			
	Терять			
많다	**many**			
	多			
	多い			
	nhiều			
	Много			
뛰다	**run**			
	跑，跳			
	走る、ジャンプする			
	chạy			
	Бегать			
쉬다	**rest**			
	休息			
	休む			
	nghỉ ngơi			
	Отдыхать			
되다	**become**			
	成为，变成			
	なる			
	trở thành			
	Становиться			
같다	**same**			
	相同，一样			
	同じだ			
	giống			
	Схожий, одинаковый			
있다	**be/ exist**			
	有			
	ある／いる			
	có, ở			
	Быть, есть, существовать			

기본형		현재	과거	미래
재미있다	**interesting**			
	有趣			
	おもしろい			
	thú vị			
	Интересный			
맛있다	**delicious**			
	好吃			
	おいしい			
	ngon			
	Вкусный			
없다	**not exist**			
	没有			
	ありません／ない			
	không có			
	Не быть, не иметь			
들다	**lift up**			
	提，吃			
	持つ、あげる			
	xách			
	Поднимать			
열다	**open**			
	打开			
	開ける			
	mở			
	Открывать			
울다	**cry**			
	哭			
	泣く			
	khóc			
	Плакать			
만들다	**make**			
	制作			
	作る			
	làm			
	Делать, создавать			
팔다	**sell**			
	卖			
	売る			
	bán			
	Продавать			
놀다	**play**			
	玩			
	遊ぶ			
	chơi đùa			
	Играть			

기본형		현재	과거	미래
알다	**know**			
	知道			
	知る			
	biết			
	Знать			
살다	**live**			
	生活			
	住む、暮す			
	sống			
	Жить ,проживать			
날다	**fly**			
	飞			
	飛ぶ			
	bay			
	Летать			
가다	**go**			
	去，前往（某处）			
	行く			
	đi			
	Идти			
타다	**ride**			
	乘坐，着火,晒黑			
	乗る			
	cưỡi, lên xe			
	Ехать; Садиться на что-либо			
자다	**sleep**			
	睡觉			
	寝る			
	ngù			
	Спать			
사다	**buy**			
	买			
	買う			
	mua			
	Покупать			
싸다	**cheap**			
	便宜			
	安い			
	rẻ			
	Дешёвый			
비싸다	**expensive**			
	贵			
	高い			
	đắt			
	Дорогой			

기본형		현재	과거	미래
만나다	**meet**			
	遇见，见面			
	会う			
	gặp gỡ			
	Встречаться			
끝나다	**finish**			
	完成，结束			
	終わる			
	kết thúc			
	Заканчивать			
놀라다	**surprised**			
	惊讶			
	驚く			
	bất ngờ			
	Изумляться			
일어나다	**wake up**			
	起床，起身			
	起きる			
	tỉnh dậy			
	Вставать			
서다	**stand**			
	站立			
	立つ			
	đứng			
	Вставать,стоять			
켜다	**turn on**			
	打开			
	つける			
	bật lên			
	Включать			
오다	**come**			
	来			
	来る			
	đến			
	Приходить			
보다	**see, watch**			
	看，读			
	見る			
	nhìn, xem			
	Видеть, смотреть			
배우다	**learn**			
	学习			
	学ぶ			
	học			
	Изучать			

기본형		현재	과거	미래
지우다	**erase**			
	擦掉			
	消す			
	tẩy xóa			
	Стирать, стереть			
주다	**give**			
	给			
	あげる			
	cho, tặng			
	Давать			
바꾸다	**change/exchange**			
	换			
	变える			
	thay đổi			
	Менять, обменивать			
다니다	**go**			
	上，去，来往			
	通う			
	đi lại, theo học, đi làm			
	Ходить, посещать			
마시다	**drink**			
	喝			
	飲む			
	uống			
	Пить			
내리다	**take off**			
	下，降			
	降りる			
	xuống			
	Спускать(ся)			
그리다	**draw**			
	怀念，画			
	描く			
	vẽ			
	Рисовать			
기다리다	**wait**			
	等待			
	待つ			
	chờ đợi			
	Ждать			
버리다	**throw away**			
	扔掉			
	すてる			
	bỏ, vứt đi			
	Бросать			

기본형		현재	과거	미래
던지다	**throw**			
	投，抛			
	投げる			
	ném			
	Бросать, кидать			
고치다	**fix**			
	修理			
	直す			
	sửa chữa			
	Ремонтировать			
가르치다	**teach**			
	教导			
	教える			
	dạy dỗ			
	Учить, обучать			
내다	**give, pay**			
	拿出，发送			
	出す			
	trả			
	Оплачивать, платить			
보내다	**send**			
	发送，派遣			
	送る			
	gửi			
	Отправлять			
식사하다	**have a meal**			
	用餐			
	食事する			
	dùng bữa			
	Есть, принимать пищу			
요리하다	**cook**			
	做料理			
	料理する			
	nấu nướng			
	Готовить			
공부하다	**study**			
	学习			
	勉強する			
	học			
	Учиться, заниматься			
숙제하다	**do homework**			
	做作业			
	宿題をする			
	làm bài tập về nhà			
	Делать домашнее задание			

기본형		현재	과거	미래
이해하다	**understand**			
	理解			
	理解する			
	hiểu			
	Понимать			
말하다	**say, tell**			
	说，告知			
	言う			
	nói			
	Сказать, говорить			
이야기하다	**tell, speak**			
	聊天，论述			
	話す			
	nói chuyện			
	Рассказывать, беседовать, разговаривать			
잘하다	**do well**			
	做得好			
	よくする			
	làm giỏi			
	Быть искусным			
일하다	**work**			
	工作			
	働く			
	làm việc			
	Работать			
준비하다	**prepare**			
	准备			
	準備する、備える			
	chuẩn bị			
	Приготовлять			
전화하다	**call**			
	打电话			
	電話する			
	gọi điện			
	Звонить			
소개하다	**introduce**			
	介绍			
	紹介する			
	giới thiệu			
	Знакомиться			
용서하다	**forgive**			
	宽恕			
	許す			
	tha thứ			
	Прощать			

기본형		현재	과거	미래
감사하다	**thank/appreciate**			
	感谢			
	感謝する			
	biết ơn, cảm ơn			
	Благодарить			
노래하다	**sing**			
	唱歌			
	歌う			
	hát			
	Петь			
연주하다	**play music**			
	演奏			
	演奏する			
	biểu diễn (nhạc cụ)			
	Исполнять			
축하하다	**congratulate**			
	祝贺			
	お祝いする			
	chúc mừng			
	Поздравлять			
이사하다	**move**			
	搬家			
	引っ越しする			
	chuyển nhà			
	Переезжать			
청소하다	**clean**			
	清扫			
	掃除する			
	dọn dẹp			
	Убирать, наводить чистоту			
사용하다	**use**			
	使用			
	使う			
	sử dụng			
	Использовать			
출발하다	**start/depart**			
	出发			
	出発する			
	xuất phát			
	Отправляться			
운동하다	**exercise work out**			
	运动			
	運動する			
	tập thể dục, vận động			
	упражнение			

기본형		현재	과거	미래
설명하다	**explain**			
	说明			
	説明する			
	giải thích			
	Объяснять			
성공하다	**succeed**			
	成功			
	成功する			
	thành công			
	Добиваться успеха			
생각하다	**think**			
	思考			
	思う、考える			
	suy nghĩ			
	Думать			
기억하다	**memorize**			
	记住			
	記憶する			
	ghi nhớ			
	Помнить, вспоминать			
시작하다	**start**			
	开始			
	始める			
	bắt đầu			
	Начинать			
약속하다	**promise**			
	约定			
	約束する			
	hứa hẹn			
	Обещать			
도착하다	**arrive**			
	到达			
	着く、到着する			
	đến nơi			
	Прибывать			
졸업하다	**graduate**			
	毕业			
	卒業する			
	tốt nghiệp			
	выпускной			
연습하다	**practice, exercise drill**			
	练习			
	練習する			
	luyện tập			
	Практика			

기본형		현재	과거	미래
못하다	**fail to do**			
	不能			
	できない			
	dở, tệ			
	Не мочь, не уметь			
쓰다	**write**			
	写			
	書く			
	viết			
	Писать			
기쁘다	**glad, happy**			
	快乐			
	嬉しい			
	vui mừng			
	Радоваться			
예쁘다	**beautiful**			
	漂亮			
	綺麗だ			
	xinh đẹp			
	Красивый, миловидный			
슬프다	**sad**			
	悲伤			
	悲しい			
	buồn bã			
	Грустный			
크다	**big/tall**			
	大			
	大きい			
	to lớn			
	Большой; высокий			
바쁘다	**busy**			
	忙			
	忙しい			
	bận rộn			
	Быть занятым, занятый			
아프다	**sick**			
	疼痛，生病			
	痛い			
	đau ốm			
	Болеть			
끄다	**turn off**			
	关闭			
	消す、止める			
	tắt đi			
	Выключить			

기본형		현재	과거	미래
모르다	**don't know**			
	不知道			
	知らない、わからない			
	không biết			
	Не знать			
빠르다	**fast**			
	快			
	速い			
	nhanh chóng			
	Быстрый			
다르다	**different**			
	不同			
	異なる			
	khác biệt			
	Разный, различный			
돕다	**help**			
	帮助			
	助ける			
	giúp đỡ			
	Помогать			
눕다	**lie down**			
	躺下			
	横になる			
	nằm xuống			
	Ложиться			
쉽다	**easy**			
	简单			
	易い			
	dễ dàng			
	Легкий			
어렵다	**difficult**			
	难			
	難しい			
	khó khăn			
	Трудный, сложный			
* 잡다	**grasp**			
	抓住			
	つかむ、とる			
	nắm, bắt lấy			
	Держать			
* 입다	**put on**			
	穿，遭受			
	着る			
	mặc vào			
	Одеваться			

기본형		현재	과거	미래
걷다	**walk**			
	走，收取			
	步く			
	đi bộ			
	Идти пешком			
듣다	**hear, listen**			
	听			
	聞く			
	lắng nghe			
	Слышать			
묻다	**ask**			
	问，埋			
	問う，尋ねる			
	hỏi			
	Спрашивать			
* 받다	**take**			
	得到，接受			
	もらう，受ける			
	nhận			
	Получать			
* 닫다	**close**			
	关，结束			
	閉める			
	đóng			
	Закрывать			

03

조사

—

은/는, 이/가,
을/를, 와/과,
나/이나

조사: 은/는, 이/가, 을/를, 와/과, 나/이나

조사		주어		목적어	and	or
		은/는	이/가	을/를	와/과	나/이나
저	I					
	我					
	私					
	Tôi					
	Я					
당신	you					
	你					
	あなた					
	Bạn					
	Ты					
그	he					
	他					
	彼					
	Anh ấy					
	Он					
그녀	she					
	她					
	彼女					
	Cô ấy					
	Она					
우리	we					
	我们					
	私たち					
	Chúng tôi					
	Мы					
당신들	you					
	你们					
	あなたたち					
	Các bạn					
	Вы					
그들	they					
	他们					
	彼ら					
	Họ					
	Они					
이것	it					
	这个					
	これ					
	Cái này					
	Это					
저것	that					
	那个					
	あれ					
	Cái kia					
	Вон то					

조사			주어		목적어	and	or
			은/는	이/가	을/를	와/과	나/이나
여기		**here**					
		这里					
		ここ					
		Ở đây					
		Здесь					
저기		**there**					
		那里					
		あそこ					
		Đằng kia					
		Вон там					
빵		**bread**					
		面包					
		パン					
		Bánh mì					
		Хлеб					
사과		**apple**					
		苹果					
		りんご					
		Quả táo					
		Яблоко					
커피		**coffee**					
		咖啡					
		コーヒー					
		Cà phê					
		Кофе					
꽃		**flower**					
		花					
		花					
		Hoa					
		Цветок					
한국		**Korea**					
		韩国					
		韓国					
		Tiếng Hàn					
		Корея					
수미		**Sumi**					
		秀美					
		スミ					
		Sumi					
		Суми					
경진		**Kyoung Jin**					
		敬眞					
		キョンジン					
		Kyoung Jin					
		Кёнгджин					

04

문장구조와
의문대명사

—

의문대명사	주어	부사어		간접목적어	목적어	서술어
		시간	장소			
	누가			**누구에게**	**누구를**	**누구입니까?**
누구	누가					김수미입니까?
	누가			그녀에게	선물을	주었습니까?
	당신은			누구에게	선물을	주었습니까?
	당신은	어제			누구를	만났습니까?
	(언제가)	**언제**				**언제입니까**
언제	당신의 생일은					언제입니까?
	당신은	언제	학교에			갑니까?
	당신은	언제			친구를	만날 것입니까?
	어디가		**어디에 어디에서**			**어디입니까**
어디	어디가					도서관입니까?
	도서관은					어디입니까?
	당신은	어제	어디에			갔습니까?
	당신은	어제	어디에서		친구를	만났습니까?
	무엇이				**무엇을**	**무엇입니까**
무엇	이것은					무엇입니까?
	당신은				무엇을	좋아합니까?
	당신은				무슨/어떤 음식을	좋아합니까?
	당신은				어떤 남자를	좋아합니까?
		왜				
왜	당신은	왜	병원에			갑니까?
	당신은	왜		저에게	전화를	했습니까?
	그는	왜			한국어를	공부합니까?

05

기초문법

—

1. 서술어

1.   A = B

2.   있다, 없다, 많다, 적다

3.   형용사

4.   의문대명사

5.   부드러운 명령

6.   and, or, but

7.   현재진행

8.   청유

9.   능력, 가능

10.   희망1

11.   희망2

12.   부정

13.   허락, 의무, 면제, 금지

14.   경험

15.   다른 사람을 위한 행동

16.   요구, 부탁

17.   추측

18.   다른 사람의 마음을 추측

19.   계획, 가까운 미래

20.   감탄, 새로운 사실 발견

21.   확인

22.   상태1

23.   상태2

24.   결정, 결심, 약속

25.   기간, 시간, 돈

	A = B : A는 B이다. (명사+입니다/입니까?)		05기초문법 75
1	**What is this?**		
	这个是什么?		
	これは何ですか?		
	Cái này là cái gì?		
	Что это?		
2	**This is a book.**		
	这个是书.		
	これは本です。		
	Cái này là quyển sách.		
	Это книга		
3	**That is a computer.**		
	那个是电脑.		
	あれはパソコンです。		
	Cái kia là máy tính.		
	Это компьютер.		
4	**That is a cellphone/smartphone.**		
	那个是手机。		
	それは携帯です。		
	Cái đó là điện thoại di động.		
	Это мобильный телефон.		
5	**Here is Seoul.**		
	这里是首尔.		
	ここはソウルです。		
	Ở đây là Seoul.		
	Здесь Сеул.		
6	**That is Gwanghwamoon.**		
	那里是光化门。		
	あそこはクアンフアムンです。		
	Đằng kia là Gwang-hwa-mun.		
	Вон там Кванхвамун		

7	**That is Jeju Island.**		
	那里是济州岛.		
	そこはチェジュドです。		
	Đằng đó là đảo Jeju.		
	Там остров Чеджу.		
8	**I am Jae Suk Yoo.**		
	我是刘在石。		
	私はユゼソクです。		
	Tôi là Yoo Jae Suk.		
	Я Ю Джесук.		
9	**She is Young Ja Lee.**		
	她是李英子		
	彼女はイヨンザです。		
	Cô ấy là Lee Young-Ja.		
	Она Ли Ёнджа.		
10	**He is Kyoung Jin Kim.**		
	他是金敬眞.		
	彼はキムキョンジンです。		
	Anh ấy là Kim Kyoung Jin.		
	Он Ким Кён Чжин.		
11	**They are BTS.**		
	他们是BTS.		
	彼らはBTSです。		
	Họ là BTS.		
	Они BTS.		
12	**It is Monday.**		
	今天是周一。		
	今日は月曜日です。		
	Hôm nay là thứ Hai.		
	Сегодня понедельник.		

那里是济州岛.

13	**Tomorrow is Tuesday.**	
	明天是周二。	
	明日は火曜日です。	
	Ngày mai là thứ Ba.	
	Завтра вторник.	
14	**My name is Kyoung Jin Kim.**	
	他的名字是金晶振.	
	私の名前はキムキョンジンです。	
	Tên của tôi là Kim Kyoung Jin.	
	Там остров Чеджу.	
15	**My hometown is Busan.**	
	我的故乡是釜山.	
	私の古里はプサンです。	
	Quê hương của tôi là Busan.	
	Я Ю Джесук.	
16	**My major is Business.**	
	我的专业是经营.	
	私の専攻は経営です。	
	Chuyên ngành của tôi là kinh doanh.	
	Она Ли Ёнджа.	
17	**My job is medical doctor.**	
	我的职业是医生.	
	私の職業は医者です。	
	Nghề nghiệp của tôi là bác sĩ.	
	Он Ким Кён Чжин.	
18	**My hobby is listening to music.**	
	我的爱好是欣赏音乐.	
	私の趣味は音楽鑑賞です。	
	Sở thích của tôi là thưởng thức âm nhạc.	
	Они BTS.	

19	**This is my car.**	
	这是我的车.	
	これは私の車です。	
	Cái này là xe hơi của tôi.	
	Сегодня понедельник.	
20	**She is my girlfriend.**	
	她是我的女朋友.	
	彼女は私のガールフレンドです。	
	Cô ấy là bạn gái của tôi.	
	Завтра вторник.	

21	**Do you have a boyfriend?**	
	你有男朋友吗?	
	あなたはボーイフレンドがいますか?	
	Bạn có bạn trai không?	
	Есть ли у вас парень?	
22	**I don't have a boyfriend.**	
	我没有男朋友.	
	私はボーイフレンドがいません。	
	Tôi không có bạn trai.	
	У меня нет парня.	
23	**I had a boyfriend.**	
	我有过男朋友.	
	私はボーイフレンドがいました。	
	Tôi đã từng có bạn trai.	
	У меня был парень.	
24	**There are clouds in the sky.**	
	天上有云.	
	空に雲があります。	
	Trên bầu trời có mây.	
	На небе облако.	
25	**My parents are in my hometown.**	
	故乡里/老家有父母.	
	故郷に両親がいます。	
	Ở quê có bố mẹ.	
	Мои родители в моем родном городе.	
26	**She is in my heart.**	
	我心里有那个女孩儿.	
	私の心に彼女がいます。	
	Trong lòng tôi có cô ấy.	
	Она в моем сердце.	

27	**There is no money in the bank account.**	
	存折里没有钱.	
	通帳にお金がありません。	
	Trong tài khoản không có tiền.	
	На банковском счёте нет денег.	
28	**There are a lot of people in the park.**	
	公园里有很多人.	
	公演に人が多いです。	
	Trong công viên có nhiều người.	
	В парке много людей.	
29	**There are a few cars in the highway.**	
	高速公路上车很少.	
	高速道路に車が少ないです。	
	Trên đường cao tốc (có) ít xe hơi.	
	На автострада мало машин.	
30	**I have a dream.**	
	我有梦想.	
	私には夢があります。	
	Tôi có ước mơ.	
	У меня есть мечта.	

31	**Seoraksan Mountain is high.**	
	雪岳山很高.	
	ソラクサンは高いです。	
	Núi Seorack cao.	
	Горы Сораксан высокие.	
32	**The ocean is wide.**	
	大海很广阔.	
	海は広いです。	
	Biển rộng.	
	Океан огромен (широкий).	
33	**The train is long.**	
	火车很长.	
	汽車は長いです。	
	Tàu hỏa dài.	
	Поезд длинный.	
34	**This bag is heavy.**	
	这个包很重.	
	このカバンは重いです。	
	Cái túi này nặng.	
	Эта сумка тяжелая.	
35	**It is hot today.**	
	今天天气很热.	
	今日は暑いです。	
	Hôm nay nóng.	
	Сегодня жарко.	
36	**It will be cold tomorrow.**	
	明天天气会很冷.	
	明日は寒いでしょう。	
	Ngày mai sẽ lạnh.	
	Завтра будет холодно.	

37	**Her eyes are pretty.**	
	她的眼睛很漂亮.	
	彼女は目が綺麗です。	
	Mắt cô ấy đẹp.	
	У нее красивые глаза.	
38	**He is tall.**	
	他的个子很高.	
	彼は背が高いです。	
	Anh ấy cao.	
	Он высокий.	
39	**The rabbit is fast.**	
	兔子速度很快.	
	ウサギは速いです。	
	Con thỏ nhanh.	
	Зайцы быстрые.	
40	**The turtle is slow.**	
	乌龟速度很慢.	
	カメは遅いです。	
	Con rùa chậm.	
	Черепахи медлительны.	

의문대명사: 누구, 언제, 어디, 무엇

41	**Who is Sumi?**	
	谁是秀美?	
	スミはだれですか?	
	Ai là Sumi?	
	Кто Суми?	
42	**I am Sumi.**	
	我是秀美.	
	私がスミです。	
	Tôi là Sumi.	
	Я – Суми.	
43	**Who did you meet yesterday?**	
	你昨天见了谁?	
	あなたは昨日、だれにあいましたか?	
	Bạn đã gặp ai vào hôm qua?	
	С кем вы вчера встречались?	
44	**I met Kyoung Jin yesterday.**	
	我昨天见了敬眞.	
	私は昨日、ギョンジンに会いました。	
	Tôi đã gặp Kyoung-jin vào hôm qua.	
	Вчера я встретил(-а) Кёнджина.	
45	**Who did you give a gift to?**	
	你给了谁礼物?	
	あなたはだれにプレゼントをあげましたか?	
	Bạn đã tặng quà cho ai?	
	Кому вы сделали подарок?	
46	**I gave the gift to my friend.**	
	我把礼物给了朋友.	
	私は友達にプレゼントをあげました。	
	Tôi đã tặng quà cho bạn.	
	Я подарил(-а) подарок своему другу.	

47	**Who is that person?**	
	那个人是谁?	
	あの人はだれですか?	
	Người kia là ai?	
	Кто тот человек?	
48	**That person is my boyfriend.**	
	那个人是我的男朋友.	
	あの人は私のボーイフレンドです。	
	Người kia là bạn trai của tôi.	
	Тот человек - мой парень.	
49	**When are you going to the language school?**	
	你什么时候去语言学校?	
	あなたはいつ学校に行きますか?	
	Bạn đi đến trung tâm khi nào?	
	Когда ты идешь на курсы?	
50	**I go to the language school on Monday.**	
	我星期一去语言学校。	
	私は月曜日に学校に行きます。	
	Tôi đi đến trung tâm vào thứ hai.	
	Я иду на курсы в понедельник.	
51	**When will you get married?**	
	你什么时候结婚?	
	あなたはいつ結婚しますか?	
	Khi nào bạn sẽ kết hôn?	
	Когда вы женитесь?	
52	**I will get married next year.**	
	我明年将要结婚.	
	私は来年に結婚するつもりです。	
	Tôi sẽ kết hôn vào năm sau.	
	Я женюсь в следующем году.	

53	**When do you have breakfast?**	
	你什么时候吃的早饭?	
	あなたはいつ朝ごはんを食べますか?	
	Bạn ăn sáng khi nào?	
	Когда ты завтракаешь?	
54	**I have breakfast at 7 am.**	
	我早上七点吃的早饭.	
	私は七時に朝ごはんを食べます。	
	Tôi ăn sáng lúc 7 giờ.	
	Я завтракаю в 7 утра.	
55	**When is your birthday?**	
	你生日是什么时候?	
	あなたの誕生日はいつですか?	
	Sinh nhật của bạn là khi nào?	
	Когда твой день рождения?	
56	**My birthday is on September 2.**	
	九月二日是我的生日.	
	私の誕生日は九月二日です。	
	Sinh nhật của tôi là ngày 2 tháng 9.	
	Мой день рождения 2 сентября.	
57	**Where is the library?**	
	图书馆在哪里?	
	図書館はどこですか?	
	Ở đâu là thư viện?	
	Где библиотека?	
58	**The library is over there.**	
	图书馆在那里.	
	あそこが図書館です。	
	Đằng kia là thư viện.	
	Библиотека вон там.	

59	**Where did you go yesterday?**	
	你昨天去哪里了?	
	あなたは昨日どこへ行きましたか?	
	Hôm qua bạn đã đi đâu?	
	Куда вы ходили вчера?	
60	**I went to the department store yesterday.**	
	我昨天去了百货商店.	
	私は昨日デパートへ行きました。	
	Hôm qua tôi đã đi đến trung tâm thương mại.	
	Я вчера ходил в универмаг.	
61	**Where do you learn Korean?**	
	你在哪里学韩语?	
	あなたはどこで韓国語を勉強しますか?	
	Bạn học tiếng Hàn ở đâu?	
	Где вы учите корейский язык?	
62	**I learn Korean in the language school.**	
	我正在语言学校学习韩语。	
	私は塾で韓国語を勉強します。	
	Tôi học tiếng Hàn ở trung tâm.	
	Я учу корейский язык на курсах.	
63	**What is that place?**	
	那里是哪里? 它在哪里?	
	あそこはどんなどころですか?	
	Đằng kia là đâu?	
	Что за место вон там?	
64	**That is the subway station.**	
	那里是地铁站.	
	あそこは地下鉄駅です。	
	Đằng kia là ga tàu điện ngầm.	
	Вон там станция метро.	

65	**What is this?**	
	这是什么?	
	これは何ですか?	
	Cái này là cái gì?	
	Что это?	
66	**This is a Half-moon Rice Cake.**	
	这是中秋年糕.	
	これはモチです。	
	Cái này là bánh Songpyeon.	
	Это сонгпён.	
67	**What do you like?**	
	你喜欢什么?	
	あなたは何がすきですか?	
	Bạn thích cái gì?	
	Что вы любите? / Что вам нравится?	
68	**I like bibimbab.**	
	我喜欢拌饭.	
	私はビビンバがすきです。	
	Tôi thích món cơm trộn.	
	Мне нравится пибимбап.	
69	**What kind of food do you like?**	
	你喜欢吃什么/哪一种食物?	
	あなたはどんな食べ物がすきですか?	
	Bạn thích thức ăn gì?	
	Какая еда вам нравится? / Какую еду вы любите?	
70	**I like bulgogi.**	
	我喜欢烤牛肉.	
	私はプルゴギがすきです。	
	Tôi thích Bulgogi (thịt bò xào).	
	Я люблю пулькоги.	

71	**What kind of music do you like?**	
	你喜欢听什么/什么样的音乐?	
	あなたはどんな音楽がすきですか?	
	Bạn thích nhạc gì?	
	Какая музыка вам нравится?	
72	**I like k-pop.**	
	我喜欢韩国流行音乐.	
	私はk-popがすきです。	
	Tôi thích k-pop.	
	Мне нравится К-ПОП.	
73	**Which color do you like?**	
	你喜欢什么/什么样颜色?	
	あなたはなんの色がすきですか?	
	Bạn thích màu gì?	
	Какой цвет вам нравится?	
74	**I like blue.**	
	我喜欢蓝色.	
	私はブルーがすきです。	
	Tôi thích màu xanh.	
	Мне нравится синий цвет. / Я люблю синий.	
75	**What kind of flower do you like?**	
	你喜欢什么花?	
	あなたはどんな花がすきですか?	
	Bạn thích hoa gì?	
	Какие цветы вы любите?	
76	**I like roses.**	
	我喜欢玫瑰.	
	私はバラがすきです。	
	Tôi thích hoa hồng.	
	Я люблю розы.	

77	**What kind of man do you like?**	
	你喜欢什么样的男人?	
	あなたはどんな男がすきですか?	
	Bạn thích mẫu hình con trai như thế nào?	
	Какие мужчины вам нравятся?	
78	**I like a kind man.**	
	我喜欢亲切的男人.	
	私は親切な男がすきです。	
	Tôi thích con trai thân thiện.	
	Мне нравятся вежливые мужчины.	
79	**What type of woman do you want to marry?**	
	你想和什么样的女人结婚?	
	あなたはどんな女と結婚したいですか?	
	Bạn muốn kết hôn với mẫu hình con gái như thế nào?	
	На какой женщине хотите жениться?	
80	**I want to marry a woman who is good at cooking.**	
	我想和料理做得好的女人结婚.	
	私は料理が上手な女と結婚したいです。	
	Tôi muốn kết hôn với cô gái nấu ăn giỏi.	
	Я хочу жениться на женщине, которая хорошо готовит.	

부드러운 명령: ~세요

81	**Hello, how are you?**	
	你好?	
	おはよう。こんにちは。こんばんは。	
	Xin chào?	
	Здравствуйте?	
82	**Welcome.**	
	欢迎光临/快进来.	
	ようこそ。	
	Xin mời vào.	
	Добро пожаловать.	
83	**Sit down here.**	
	请坐.	
	ここにすわってください。	
	Xin hãy ngồi ở đây.	
	Садитесь, пожалуйста, сюда.	
84	**What would you like to order?**	
	你想吃点什么?	
	どれにしましょうか?	
	Bạn gọi (món) gì ạ?	
	Что бы вы хотели?	
85	**One bibimbob, please.**	
	请给我一个拌饭.	
	ビビンバ一つください。	
	Xin hãy cho tôi một cơm trộn.	
	Дайте, пожалуйста, один пибимбап.	
86	**Enjoy your meal.**	
	请慢慢享用.	
	どうぞ。おいしく召し上がってください。	
	Chúc ngon miệng.	
	Приятного аппетита.	

87	**Thank you for the meal.**	
	我开吃了/谢谢款待.	
	いただきます。	
	Tôi sẽ ăn ngon miệng.	
	Спасибо за угощение/ еду.	
88	**Thank you.**	
	谢谢.	
	ありがとうございます。	
	Xin cảm ơn.	
	Благодарю.	
89	**I enjoyed the food.**	
	我吃得很好/我吃完了.	
	こちそうさまでした。	
	Tôi đã ăn ngon miệng.	
	Еда мне понравилась, с удовольствием поел(-а).	
90	**Goodbye.**	
	再见（对要走的人说的）	
	さようなら。	
	Chào tạm biệt. (Người ở lại nói với người đi)	
	До свидания. (Счастливого пути.)	
91	**Goodbye.**	
	再见（要走的人说的）.	
	さようなら。	
	Chào tạm biệt. (Người đi nói với người ở lại)	
	Всего хорошего. (Счатливо оставаться.)	
92	**Show me your passport, please.**	
	请给我护照.	
	パスポートください。	
	Xin hãy đưa hộ chiếu (cho tôi).	
	Покажите, пожалуйста, паспорт.	

93	**Have a nice day.**	
	愿度过愉快的一天.	
	よい一日を。	
	Chúc bạn có một ngày tốt lành.	
	Хорошего дня.	
94	**Have a good time.**	
	愿度过美好的时间.	
	よい時間を。	
	Chúc bạn có khoảng thời gian vui vẻ.	
	Хорошего времяпровождения!	
95	**Be happy always.**	
	祝你幸福.	
	いつも幸せになってください。	
	Xin hãy luôn hạnh phúc.	
	Желаю вам счастья. (Будьте всегда счастливы.)	
96	**I hope you always stay healthy.**	
	祝你健康.	
	お元気に。	
	Xin hãy luôn khỏe mạnh.	
	Желаю вам здоровья. (Будьте всегда в добром здравии.)	
97	**Be thankful all the time.**	
	一直感谢.	
	いつも感謝しなさい。	
	Xin hãy luôn biết ơn.	
	Всегда благодарите.	
98	**Thanks and have a good day!**	
	辛苦您了.	
	お疲れ様です。	
	Chúc bạn làm việc tốt nhé. (Người đi chào người ở lại khi người ở lại đang làm việc)	
	Спасибо за ваши усилия.	

99	**Happy new year!**
	新年快乐.
	あけましておめでとうございます。
	Chúc mừng năm mới.
	С Новым годом!
100	**Many happy returns.**
	长命百岁!
	ご安泰を祈ります。
	Xin hãy sống thật lâu.
	Желаю вам долголетия.

	and	or	but
명사	와/과	나/이나	*
동사, 형용사	고	거나	지만
문장	그리고	*	하지만/그러나

101	**I go to the language school on Tuesday and on Friday.** 我周二和周五去培训班. 私は火曜日と金曜日に塾へ行きます。 Tôi đi đến trung tâm vào thứ ba và thứ sáu. Я хожу на курсы во вторник и в пятницу.	
102	**There are vegetables, fruits, and fish in the market.** 市场里有蔬菜、水果、还有鱼. 市場に野菜と果物と魚があります。 Ở chợ có rau, trái cây và cá. На рынке есть овощи, фрукты и рыба.	
103	**I went to Busan with Sumi and Kyoung Jin yesterday.** 我昨天和秀美，还有敬真一起去了釜山. 私は昨日スミとギョンジンと(一緒に)プサンへ行きました。 Hôm qua tôi đã đi đến Busan cùng với Sumi và Kyoung-jin. Вчера я ездил в Пусан с Суми и Кёнджином.	
104	**The sun, moon, and stars are in the sky.** 天上有太阳，月亮，还有星星. 空に太陽と月と星があります。 Trên bầu trời có mặt trời, mặt trăng và sao. На небе солнце, луна и звезды.	
105	**Sumi is pretty. And Sumi is smart.** 秀美不但漂亮，还聪明. スミは綺麗です。またスミは頭がいいです。 Sumi xinh đẹp. Và Sumi thông minh. Суми красивая. А ещё она умна.	

106	**Sumi is pretty and smart.**	
	秀美即漂亮，又聪明.	
	スミは綺麗で頭がいいです。	
	Sumi đẹp và thông minh.	
	Суми красивая и умная.	
107	**It is rainy and cold today.**	
	今天下雨，天气还冷.	
	今日は雨が降りますし、さむいです。	
	Hôm nay trời mưa và lạnh.	
	Сегодня дождливо и холодно.	
108	**Korean language is easy and funny.**	
	韩国语简单，且有趣.	
	韓国語は易くておもしろいです。	
	Tiếng Hàn dễ và thú vị.	
	Корейский язык легкий и интересный.	
109	**My father is an office worker and my mother is a housewife.**	
	父亲是公司职员，母亲是家庭主妇.	
	お父さんは会社員で、お母さんは主婦です。	
	Bố (tôi) là nhân viên công ty và mẹ tôi là nội trợ.	
	Мой отец сотрудник компании, а мама домохозяйка.	
110	**I clean and do the laundry on weekends.**	
	我周末打扫后洗衣服.	
	私は週末に掃除をして、洗濯をします。	
	Tôi dọn dẹp và giặt giũ vào cuối tuần.	
	На выходных я убираюсь и стираюсь.	
111	**I work out in the park or riverside in the morning.**	
	我早上去公园或去江边运动.	
	私は朝に公園や川辺で運動をします。	
	Tôi tập thể dục ở công viên hoặc ven sông vào buổi sáng.	
	Утром я гуляю в парке или занимаюсь спортом на берегу реки.	

112	**I eat rice or bread in the morning.**	
	我早上吃米饭或吃面包.	
	私は朝にご飯やパンを食べます。	
	Tôi ăn cơm hoặc bánh mì vào buổi sáng.	
	Утром я ем рис или хлеб.	
113	**I go to the library or meet friends on a weekend.**	
	我周末去图书馆或见朋友.	
	私は週末に図書館へ行ったり友達に会います。	
	Tôi đi đến thư viện hoặc gặp bạn vào cuối tuần.	
	На выходных я иду в библиотеку или встречаюсь с друзьями.	
114	**I go shopping or work out on a weekend.**	
	我周末去购物或去运动.	
	私は週末に買い物をしたり、運動をします。	
	Tôi mua sắm hoặc tập thể dục vào cuối tuần.	
	На выходных я делаю покупки или занимаюсь спортом.	
115	**I work part-time or go on a trip during the vacation.**	
	我放假的时候去打工或去旅行.	
	私は休みにバイトをしたり、旅行をします。	
	Tôi làm thêm hoặc đi du lịch vào kì nghi.	
	На каникулах я подрабатываю или путешествую.	
116	**The older sister is tall. But her little sister is short.**	
	姐姐很高。 但是她的妹妹很矮。	
	姉は背が高いです。しかし妹は背が低いです。	
	Chị cao. Nhưng em thấp.	
	Моя старшая сестра высокая. Но младшая сестра невысокая.	
117	**The older sister is tall, but her little sister is short.**	
	姐姐个子高, 但姐姐个子矮。	
	姉は背が高いが妹は背が低いです。	
	Chị cao nhưng em thấp.	
	Моя старшая сестра высокая, а младшая сестра невысокая.	

118	**The rabbit is fast. But the turtle is slow.**	
	兔子很快 但是乌龟很慢。	
	ウサギははやいです。しかしカメは遅いです。	
	Thỏ nhanh. Nhưng rùa chậm.	
	Зайцы быстрые. Но черепахи медлительны.	
119	**The rabbit is fast, but the turtle is slow.**	
	虽然，兔子很快，但乌龟很慢.	
	ウサギははやいが、カメはおそいです。	
	Thỏ nhanh nhưng rùa chậm.	
	Зайцы быстрые, а черепахи медлительны.	
120	**I like puppies, but Sumi doesn't like puppies.**	
	我喜欢小狗，秀美却不喜欢小狗.	
	私は犬が好きですが、スミは犬を嫌います。	
	Tôi thích chó con nhưng Sumi ghét chó con.	
	Я люблю щенков, а Суми не любит щенков.	
121	**Korean food is spicy but delicious.**	
	虽然韩国饮食很辣，但很好吃.	
	韓国料理は辛いですがおいしいです。	
	Thức ăn Hàn Quốc cay nhưng ngon.	
	Корейская еда острая, но вкусная.	
122	**This bag is heavy but strong.**	
	虽然这个包包很重，但很结实.	
	このカバンはおもいでど丈夫です。	
	Cái cặp này nặng nhưng chắc chắn.	
	Эта сумка тяжёлая, но прочная.	
123	**It was hot yesterday but it is cool today.**	
	虽然昨天很热，但今天很凉爽.	
	昨日は暑かつたが今日は涼しいです。	
	Hôm qua đã nóng nhưng hôm nay mát mẻ.	
	Вчера было жарко, но сегодня прохладно.	

124	**Sumi likes sea but I like mountain.**
	虽然秀美喜欢大海，但我喜欢山.
	スミは海がすきですが、私は山がすきです。
	Sumi thích biển nhưng tôi thích núi.
	Суми любит море, а я люблю горы.

虽然秀美喜欢大海，但我喜欢山.

スミは海がすきですが、私は山がすきです。

125	**The boss is in a meeting now.**	
	社长现在在开会.	
	社長は今会議中です。	
	Giám đốc bây giờ đang họp.	
	Директор сейчас проводит собрание. Директор сейчас на собрании.	
126	**I'm going home now.**	
	我正在回家的路上.	
	私は今家に帰っています。	
	Tôi bây giờ đang đi về nhà.	
	Я сейчас иду домой.	
127	**I'm now waiting for my friend at the coffee shop.**	
	我现在在咖啡厅等朋友.	
	私は今カフェーで友達を待っています。	
	Tôi bây giờ đang đợi bạn ở quán cà phê.	
	Я сейчас в кофейне жду друга.	
128	**This road is under construction.**	
	这条路在施工.	
	この道路は工事中です。	
	Con đường này đang (trong quá trình) thi công.	
	Дорого на реконструкции.	
129	**I'm learning to play the guitar at music academy these days.**	
	我最近在培训班学习弹吉他.	
	私は最近塾でギターを習っています。	
	Dạo này tôi đang học ghita ở trung tâm.	
	Сейчас (в эти дни) я учусь на курсах играть на гитаре.	
130	**The boss is on a business trip now.**	
	社长今天在出差中.	
	社長は今出張中です。	
	Giám đốc bây giờ đang đi công tác.	
	Директор сейчас в командировке.	

	청유: 동사 + ~ㅂ/읍시다, ~ㄹ/을까요?, ~ㄹ/을래요?	
131	**Shall we watch a movie this weekend?**	
	这个周末要一起看电影吗?	
	今週末に映画を見ませんか?	
	Cuối tuần này mình đi xem phim nhé?	
	Не хотите пойти со мной в кино в эти выходные?	
132	**Where shall we meet tomorrow?**	
	明天在哪里见面?	
	明日どこであいましょうか?	
	Ngày mai mình gặp nhau ở đâu đây?	
	Где нам встретиться завтра?	
133	**What shall we eat?**	
	要吃点什么?	
	何をたべましょうか?	
	Mình ăn gì đây?	
	Что нам поесть?	
134	**Let's watch a movie this weekend.**	
	这个周末一起看电影吧.	
	今週末、映画を見ましょう。	
	Cuối tuần này mình xem phim thôi.	
	Давайте пойдем в кино в эти выходные.	
135	**Let's meet at Starbucks tomorrow.**	
	明天在星巴克见吧.	
	明日スターバックスで会いましょう。	
	Ngày mai gặp nhau ở Starbucks thôi.	
	Давайте завтра встретимся в Старбаксе.	
136	**Let's eat bibimbap.**	
	一起吃拌饭吧.	
	ビビンバを食べましょう。	
	Ăn cơm trộn thôi.	
	Давайте будем есть пибимбап.	

137	**Let's study hard.**
	努力学习吧.
	頑張って勉強しましょう。
	Học hành chăm chỉ thôi.
	Давайте усердно учиться.
138	**Let's work hard.**
	努力工作吧.
	頑張って働きましょう。
	Làm việc chăm chỉ thôi.
	Давайте работать с энтузиазмом.

	능력, 가능: 동사 + ~ㄹ/을 수 있다/없다, ~ㄹ/을 줄 알다/모르다	
139	**Can you speak Korean?**	
	你会说韩国语吗?	
	あなたは韓国語ができますか?	
	Bạn có thể nói tiếng Hàn không?	
	Вы можете говорить по-корейски?	
140	**Yes, I can speak Korean.**	
	是的，我会说韩国语.	
	はい、私は韓国語ができますか。	
	Vâng, tôi có thể nói tiếng Hàn.	
	Да, я могу говорить по-корейски.	
141	**No, I can't speak Korean.**	
	不，我不会说韩国语.	
	いいえ、私は韓国語ができません。	
	Không, tôi không thể nói tiếng Hàn.	
	Нет, по-корейски я не могу говорить.	
142	**Do you know how to drive?**	
	你会开车吗?	
	あなたは運転ができますか。	
	Bạn biết lái xe không?	
	Вы умеете водить машину?	
143	**Yes, I know how to drive.**	
	是的，我会开车.	
	はい、私は運転ができます。	
	Vâng, tôi biết lái xe.	
	Да, я умею водить (машину).	
144	**No, I don't know how to drive.**	
	不，我不会开车.	
	いいえ、私は運転ができません。	
	Không, tôi không biết lái xe.	
	Нет, я не умею водить (машину).	

145	**I can't go to school tomorrow.**	
	我明天不能去学校.	
	私は明日学校へ行くことができません。	
	Tôi không thể đi đến trường vào ngày mai.	
	Я не смогу пойти в школу завтра.	
146	**I can't meet you tomorrow.**	
	我明天没办法见你.	
	私はあしたあなたに会えません。	
	Tôi không thể gặp bạn vào ngày mai.	
	Я не смогу встретиться с тобой завтра.	
147	**I can't go out now.**	
	我现在没办法外出.	
	私は会外出できません。	
	Bây giờ tôi không thể ra ngoài.	
	Я не могу выйти прямо сейчас.	
148	**We can win.**	
	我们会赢的.	
	私たちは勝利できます。	
	Chúng tôi có thể chiến thắng.	
	Мы сможем победить.	
149	**We can overcome this crisis.**	
	我们可以克服这个危机.	
	我々はこの危機を克復できます。	
	Chúng tôi có thể khắc phục nguy cơ này.	
	Мы сможем преодолеть этот кризис.	
150	**I can do anything.**	
	我可以做任何事情.	
	私はなんでもできます。	
	Tôi có thể làm bất cứ việc gì cũng được.	
	Я могу делать всё.	

희망1 : 동사 +고 싶습니다/싶습니까?

151	**What do you want to be good at?**	
	你想做好什么?	
	あなたは何が上手になりたいですか?	
	Bạn muốn làm giỏi điều gì?	
	В чем вы хотели бы быть умелым?	
152	**I want to be good at Korean.**	
	我想学好韩国语.	
	私は韓国語が上手になりたいです。	
	Tôi muốn giỏi tiếng Hàn.	
	Я хочу хорошо говорить по-корейски.	
153	**Where do you want to go?**	
	你想去哪里?	
	あなたはどこへ行きたいですか?	
	Bạn muốn đi đâu?	
	Куда вы хотели бы поехать (пойти)?	
154	**I want to go to Korea.**	
	我想去韩国.	
	私は韓国へ行きたいです。	
	Tôi muốn đi Hàn Quốc.	
	Я хочу поехать в Корею.	
155	**When do you want to go?**	
	你什么时候想去?	
	あなたはいつ行きたいですか?	
	Bạn muốn đi khi nào?	
	Когда вы хотели бы поехать?	
156	**I want to go next October.**	
	我想明年十月份去.	
	私は来年の十月に行きたいです。	
	Tôi muốn đi vào tháng 10 năm sau.	
	Я хочу поехать в октябре следующего года.	

157	**Who do you want to meet in Korea?**	
	你想在韩国见到谁?	
	あなたは韓国でだれにあいたいですか?	
	Bạn muốn gặp ai ở Hàn Quốc?	
	Кого вы хотели бы встретить в Корее?	
158	**I want to meet BTS.**	
	我想在韩国见到BTS吗?	
	私はBTSに会いたいです。	
	Tôi muốn gặp BTS.	
	Я хотел бы встретиться с BTS.	
159	**What do you want to eat?**	
	你想吃什么?	
	あなたは何が食べたいですか?	
	Bạn muốn ăn gì?	
	Что вы хотели бы поесть?	
160	**I want to eat Bulgogi.**	
	我想吃烤牛肉.	
	私はプルゴギが食べたいです。	
	Tôi muốn ăn Bulgogi (thịt bò xào).	
	Я хочу пулькоги.	
161	**I want to get married soon.**	
	我想快点结婚.	
	私ははやく結婚したいです。	
	Tôi muốn nhanh chóng kết hôn.	
	Я хотел бы поскорее жениться. / Я хотела бы поскорее выйти замуж.	
162	**I want to go to my hometown.**	
	我想回故乡.	
	私は古里へ行きたいです。	
	Tôi muốn đi về quê.	
	Я хочу поехать в свой родной город.	

163	**I want to be an interpreter.**
	我想成为翻译师.
	私は通訳者になりたいです。
	Tôi muốn trở thành thông dịch viên.
	Я хочу стать(быть) переводчиком

我想成为翻译师.

私は通訳者になりたいです。

희망2: 동사/형용사 + ～았/었으면 좋겠습니다

164	**I wish I had a car.** （我）要是有辆车就好了. 有车就好了。 （私は)車がほしいです。 Nếu (tôi) có xe hơi thì thật tốt.. Я хотел бы иметь машину.	
165	**I wish I had a lot of money.** （我）要是有很多钱就好了. （私は)お金持ちになってほしいです。 Nếu (tôi) có nhiều tiền thì thật tốt. Я хотел бы иметь много денег.	
166	**I wish I had a boyfriend.** （我）要是有男朋友就好了. （私は)ボーイフレンドがほしいです。 Nếu (tôi) có bạn trai thì thật tốt. Я хотела бы иметь парня.	
167	**I wish the business goes well.** （我）要是事业顺利就好了. （私は)事業がよくなってほしいです。 Tôi mong việc kinh doanh thuận lợi thì thật tốt. Я хотел бы иметь процветающий бизнес.	
168	**I wish I had no worries.** （我）要是万事不用担心就好了. 心配しなくてもいいのになあ Nếu (tôi) không có điều lo lắng thì thật tốt. Я не хотел бы иметь беспокойство.	
169	**I wish my parents were always healthy.** （我）要是父母永远健康就好了. （私は)両親がいつも元気でいてほしいです。 Nếu bố mẹ luôn mạnh khỏe thì thật tốt. Я хочу, чтобы мои родители всегда были здоровы.	

	부정: 안, 못, ~지 않다, ~지 못하다, ~지 마세요, ~지 맙시다	
170	**I don't eat breakfast.**	
	我没有吃早饭.	
	私は朝ごはんを食べません。	
	Tôi không ăn sáng.	
	Я не завтракаю.	
171	**I can't drink alcohol.**	
	我不能喝酒.	
	私はお酒が飲めません。	
	Tôi không thể uống rượu.	
	Я не могу пить алкоголь. (Я не пью.)	
172	**I am not going to work tomorrow.**	
	我明天不去公司.	
	私は明日出勤しません。	
	Tôi không đi đến công ty vào ngày mai.	
	Я не пойду завтра на работу.	
173	**I can not go to the language school tomorrow.**	
	我明天不能去培训班.	
	私は明日塾へ行けません。	
	Tôi không thể đi đến trung tâm vào ngày mai.	
	Я не смогу завтра пойти на курсы.	
174	**He doesn't study hard.**	
	他不努力学习.	
	彼は頑張って勉強しません。	
	Anh ấy không học hành chăm chỉ.	
	Он не учится (не занимается) усердно.	
175	**I don't love him.**	
	我不喜欢他.	
	私は彼のことが好きではありません。	
	Tôi không yêu anh ấy.	
	Я его не люблю.	

176	**He is not my friend.**	
	他不是我的朋友.	
	彼は私の友達ではありません。	
	Anh ấy không phải là bạn của tôi.	
	Он не мой друг.	
177	**This is not Seoul station.**	
	这里不是首尔站.	
	ここはソウル駅ではありません。	
	Ở đây không phải là ga Seoul.	
	Это не станция Сеул.	
178	**Nam Mountain is not high.**	
	南山不高.	
	ナムサンは高くありません。	
	Núi Nam không cao.	
	Горы Намсан не высокие.	
179	**He does not have a good personality.**	
	他的性格不太好.	
	彼は性格がよくないです。	
	Tính cách anh ấy không tốt.	
	У него не хороший характер.	
180	**He's not in good health.**	
	他不健康.	
	彼は健康がすぐれないです。	
	Sức khỏe anh ấy không tốt.	
	У него плохое здоровье.	
181	**Please do not open the window.**	
	请不要开窗户.	
	窓を開けないでください。	
	Xin đừng mở cửa sổ.	
	Не открывайте окно.	

182	**Don't smoke.**	
	请不要抽烟.	
	タバコをすわないでください。	
	Xin đừng hút thuốc.	
	Не курите.	
183	**Don't speed.**	
	请不要超速.	
	加速しないでください。	
	Xin đừng (chạy) quá tốc độ.	
	Не превышайте скорость.	
184	**Let's not go to Busan tomorrow.**	
	明天我们还是不要去釜山了吧.	
	明日プサンに行かないことにしましょう。	
	Ngày mai mình đừng đi Busan.	
	Давайте мы завтра не поедем в Пусан.	
185	**Let's not make a noise.**	
	请不要吵闹.	
	騒がないでください。	
	Mình/Chúng ta đừng làm ồn.	
	Давайте не шуметь.	
186	**Shall we not go to Busan tomorrow?**	
	明天不去釜山吗?	
	明日プサンへいかないことにしましょうか?	
	Ngày mai mình đừng đi Busan nữa nhé?	
	Может не поедем в Пусан завтра?	
187	**He didn't do his best.**	
	他没有尽全力.	
	彼は最善をつくしてありませんでした。	
	Anh ấy đã không làm hết sức mình.	
	Он не очень старался.	

188	**He couldn't keep his promise.**	
	他没能守约定.	
	彼は約束をまもれませんでした。	
	Anh ấy đã không giữ được lời hứa.	
	Он не сдержал своего обещания.	
189	**He is not tall.**	
	他个子不高.	
	彼は背が高くありません。	
	Anh ấy không cao.	
	Он не высокого роста.	

He couldn't keep his promise.

他没能守约定.

彼は約束をまもれませんでした。

허락: ~아/어도 되다, 금지: ~면 안 되다, 의무: ~아/어야 하다/되다, 면제: 안 ~아/어도 되다

190	**May I take pictures?**	
	可以照相吗?	
	写真を撮ってもいいですか?	
	Chụp hình có được không ạ?	
	Можно сфотографировать? / Можно фотографировать?	
191	**Yes, you can take a picture.**	
	可以，可以照相.	
	はい、写真を撮ってもいいです。	
	Vâng, chụp hình cũng được.	
	Да, можно (с)фотографировать.	
192	**No, you can't take pictures.**	
	不可以，不可以照相.	
	いいえ、写真を撮ってはいけません。	
	Không, không được chụp hình.	
	Нет, нельзя фотографировать.	
193	**Don't take a picture.**	
	请不要照相.	
	写真を撮らないでください。	
	Xin đừng chụp hình.	
	Не фотографируйте.	
194	**You have to take a picture.**	
	你得照相。	
	貴方は写真を撮らなければなりません。	
	Phải chụp hình.	
	Вам нужно фотографировать.	
195	**You don't have to take a picture.**	
	不照相也没关系的.	
	写真を撮らなくてもいいです。	
	Tôi không cần chụp hình cũng được.	
	Можно и не фотографировать.	

196	**May I drink alcohol?**	
	我可以喝酒吗?	
	お酒を飲んでもいいですか?	
	Uống rượu có được không ạ?	
	Можно пить спиртные напитки?	
197	**No, you should not drink alcohol.**	
	不，不可以喝酒.	
	いいえ、お酒を飲んではいけません。	
	Không, không được uống rượu.	
	Нет, нельзя пить спиртные напитки.	
198	**Don't drink alcohol.**	
	请不要喝酒.	
	お酒を飲まないでください。	
	Xin đừng uống rượu.	
	Не употребляйте алкоголь.	
199	**You have to drink alcohol.**	
	你应该喝酒。	
	貴方はお酒を飲まなければなりません。	
	Phải uống rượu.	
	Вы должны выпить.	
200	**You don't have to drink.**	
	不喝酒也可以.	
	お酒を飲まなくてもいいです。	
	Không uống rượu cũng được.	
	Можно и не употреблять алкоголь.	
201	**May I go home?**	
	可以回家吗?	
	家へ帰ってもいいですか?	
	Đi về nhà có được không ạ?	
	Можно пойти (идти) домой?	

202	**You may go home.**	
	可以回家.	
	家へ帰ってもいいです。	
	Đi về nhà cũng được.	
	Можете идти домой.	
203	**You should not go home.**	
	不可以回家.	
	家へ帰ってはいけません。	
	Không được đi về nhà.	
	Нельзя уходить домой.	
204	**Don't go home.**	
	请不要回家.	
	家へ帰らないでください。	
	Xin đừng đi về nhà.	
	Не уходите домой.	
205	**You have to go home.**	
	你应该回家。	
	貴方は家に帰るべきです。	
	Phải đi về nhà.	
	Вы должны идти домой.	
206	**You don't have to go home.**	
	你不用回家了。	
	あなたは家に行かなくてもいいです。	
	Không đi về nhà cũng được.	
	Вы можете не идти домой.	
207	**Can I open the window?**	
	可以开窗户吗?	
	窓を開けてもいいですか?	
	Mở cửa sổ có được không ạ?	
	Можно открыть окно?	

208	**Do not open the window.**
	不可以开窗户.
	窓を開けてはいけません。
	Không được mở cửa sổ.
	Нельзя открывать окно.
209	**Do not open the window.**
	请不要开窗户.
	窓を開けないでください。
	Xin đừng mở cửa sổ.
	Не открывайте окно.
210	**You have to open the window.**
	你应该把窗子打开。
	あなたは窓を開けなければなりません。
	Phải mở cửa sổ.
	Нужно открыть окно.
211	**You don't have to open the window.**
	不打开窗户也行。
	窓を開けなくてもいいです。
	Không mở cửa sổ cũng được.
	Можно и не открывать окно.
212	**May I sit here?**
	我可以坐这里吗
	ここに座ってもいいですか?
	Ngồi ở đây có được không ạ?
	Можно здесь сесть?
213	**You may sit here.**
	可以坐这里.
	ここに座ってもいいです。
	Ngồi ở đây cũng được.
	Здесь можно сесть.

214	**You should not sit here.**	
	不可以坐这里.	
	ここに座ってはいけません。	
	Không được ngồi ở đây.	
	Здесь нельзя сидеть./ Сюда нельзя садиться.	
215	**Don't sit here.**	
	请不要坐这里.	
	ここに座らないでください。	
	Xin đừng ngồi ở đây.	
	Не садитесь здесь.	
216	**You have to sit here.**	
	你应该坐这儿。	
	貴方はここに座らなければなりません。	
	Phải ngồi ở đây.	
	Я должен здесь сесть.	
217	**You don't need to sit here**	
	不坐在这里也是没有问题的	
	ここに座らなくてもいいです。	
	Không ngồi ở đây cũng được.	
	Здесь можно и не сидеть.	
218	**Can I meet him tomorrow?**	
	明天可以见他吗?	
	明日彼に会ってもいいですか?	
	Có thể gặp anh ấy vào ngày mai không ạ?	
	Можно ли завтра встретиться с ним?	
219	**You can meet him tomorrow.**	
	明天可以见他.	
	明日かれに会ってもいいです。	
	Ngày mai gặp anh ấy cũng được.	
	Вы можете встретиться с ним завтра.	

220	**You can't meet him tomorrow.**	
	明天不可以见他.	
	明日彼に会ってはいけません。	
	Ngày mai không được gặp anh ấy.	
	Вы не можете встретиться с ним завтра	
221	**Don't meet him tomorrow.**	
	明天请不要见他.	
	明日彼に会わないでください。	
	Xin đừng gặp anh ấy vào ngày mai.	
	Не встречайтесь завтра с ним.	
222	**You have to meet him tomorrow.**	
	你明天得见他。	
	あなたは明日彼に会うべきだ。	
	Phải gặp anh ấy vào ngày mai.	
	Завтра нужно с ним встретиться. / Я должен встретиться с ним завтра.	
223	**You don't have to meet him tomorrow.**	
	你明天不用见他了。	
	明日彼に会わなくてもいいです。	
	Ngày mai không gặp anh ấy cũng được.	
	Завтра можно и не встречаться с ним.	
224	**Students should study hard.**	
	学生需要努力学习.	
	学生は頑張って勉強しなければなりません。	
	Học sinh phải học hành chăm chỉ.	
	Студент должен усердно учиться.	
225	**Soldiers must protect their country.**	
	军人需要保守国家.	
	軍人は国家を守らなければなりません。	
	Quân nhân phải bảo vệ đất nước.	
	Солдат должен защищать родину (страну).	

경험: ~은/ㄴ 적이 있다/없다

226	**Have you ever been to Korea?**	
	你去过韩国吗?	
	あなたは韓国へ訪問したこたがありますか?	
	Bạn đã từng đi đến Hàn Quốc chưa?	
	Доводилось ли вам побывать в Корее?	
227	**I have been to Korea.**	
	我去过韩国.	
	私は韓国へ訪問したことがあります。	
	Tôi đã từng đi Hàn Quốc.	
	Мне доводилось побывать в Корее раньше. / Я был(-а) в Корее раньше.	
228	**I have never been to Korea.**	
	我没有去过韩国.	
	私は韓国へ訪問したことがありません。	
	Tôi chưa từng đi Hàn Quốc.	
	Мне не доводилось побывать в Корее.	
229	**Have you ever met the man?**	
	你见过那个男的吗?	
	あなたは彼に会つたことがありますか?	
	Bạn đã từng gặp người con trai đó chưa?	
	Вы когда-нибудь встречались с ним раньше?	
230	**I've met the man before.**	
	我见过那个男的.	
	私は彼に会つたことがあります。	
	Tôi đã từng gặp người con trai đó.	
	Я встречался(-ась) с ним раньше.	
231	**I've never met him.**	
	我没有见过那个男的.	
	私は彼に会つたことがありません。	
	Tôi chưa từng gặp người con trai đó.	
	Я никогда с ним раньше не встречался(-ась).	

232	**I have eaten kimchi before.**	
	我吃过泡菜.	
	私はキムチを食べたことがあります。	
	Tôi đã từng ăn Kimchi.	
	Мне доводилось пробовать кимчи.	
233	**I've never been on a plane.**	
	我没有坐过飞机.	
	私は飛行機に乗ったことがありません。	
	Tôi chưa từng đi máy bay.	
	Я никогда раньше не летал на самолёте.	
234	**I have taken the TOPIK test.**	
	我考过韩国语能力考试(TOPIK).	
	私はTOPIK試験に受けたことがあります。	
	Tôi đã từng thi bài thi TOPIK.	
	Мне доводилось сдавать ТОПИК?	
235	**I have failed in my business before.**	
	我事业失败过.	
	私は事業に失敗したことがあります。	
	Tôi đã từng thất bại trong kinh doanh.	
	Мне доводилось пережить крах бизнеса.	

다른 사람을 위한 행동: ～아/어 주다

236	**He made a bread for me.**	
	他给我做了面包.	
	彼は私にパンを作ってくれました。	
	Anh ấy đã làm bánh mì cho tôi.	
	Он испек для меня хлеб.	
237	**He sang a song for me.**	
	我给他唱了歌.	
	私は彼に歌を歌ってあげました。	
	Tôi đã hát cho anh ấy.	
	Я спел для него песню.	
238	**He listened to my song.**	
	他听了我的歌曲.	
	彼は私の歌を聞いてくれました。	
	Anh ấy đã lắng nghe (giúp) bài hát của tôi.	
	Он послушал мою песню.	
239	**Teacher Kim taught Korean to students.**	
	金老师教了学生们韩国语.	
	キム先生は学生たちに韓国語を教えてくださいました。	
	Thầy Kim đã dạy tiếng Hàn cho các học sinh.	
	Учитель Ким преподавал корейский язык студентам.	
240	**Father bought his daughter a motor cycle.**	
	爸爸给女儿买了摩托车.	
	父は娘にモーターサイクルを買ってあがました。	
	Bố đã mua xe máy cho con gái.	
	Отец купил дочери мотоцикл.	
241	**I helped my friend.**	
	我帮了我的朋友.	
	私は友達を助けてあげました。	
	Tôi đã giúp bạn tôi.	
	Я помог моему другу.	

242	**Mother read a book to her son.** 妈妈给儿子读了书. 母は息子に本を読んであげました。 Mẹ đã đọc sách cho con trai. Мама прочитала сыну книгу.	
243	**He lifted up my luggage.** 他帮我提了行李. 彼は私の荷物を運んでくれました。 Anh ấy đã xách giúp hành lí của tôi. Он помог мне нести мой багаж. /Он помог поднять мой багаж.	
244	**People pushed my car.** 大家一起帮忙推了我的车. 人たちが私の車を押してくださいました。 Mọi người đã đẩy giúp xe của tôi. Люди подтолкнули мою машину.	
245	**My mother cleaned my room.** 妈妈给我清扫了房间. お母さんは私の部屋を掃除してくださいました。 Mẹ đã dọn dẹp giúp phòng của tôi. Мама убралась в моей комнате.	

요구, 부탁: ~아/어 주세요, ~아/어 주시겠습니까?

246	**Please wait a minute.**
	请稍等.
	少しお待ちください。
	Xin đợi cho một chút.
	Пожалуйста, подождите минуточку.

247	**Could you wait a moment?**
	可以等一下吗?
	少し待っていただけませんか?
	Vui lòng đợi cho một chút được không ạ?
	Не могли бы вы подождать минуточку?

248	**Please write your name and email address.**
	请写一下名字和电子邮箱.
	名前と電子メールの住所を書いてください。
	Xin hãy viết giúp tên và địa chỉ email.
	Напишите, пожалуйста, свое имя и адрес электронной почты.

249	**Could you write your name and email address?**
	可以写一下你的名字和电子邮箱吗?
	名前と電子メールの住所を書いていただけませんか?
	Vui lòng viết tên và địa chỉ email được không ạ?
	Не могли бы вы написать свое имя и адрес электронной почты?

250	**Please exchange 100 dollars for Korean money.**
	请把一百美金换成韩币.
	100ドルを韓国のお金に両替してください。
	Xin hãy đổi giúp 100 đô la sang tiền Hàn Quốc.
	Обменяйте, пожалуйста, 100 долларов на корейские деньги.

251	**Could you exchange 100 dollars for Korean money?**
	可以把一百美金换成韩币吗?
	100ドルを韓国のお金に両替してもらえますか?
	Vui lòng đổi giúp 100 đô la sang tiền Hàn Quốc được không ạ?
	Не могли бы вы обменять 100 долларов на корейские деньги?

252	**Could you tell me again?**	
	可以重新说一遍吗?	
	もう一度話してくださいませんか?	
	Vui lòng nói lại giúp được không ạ?	
	Не могли бы вы еще раз сказать?	
253	**Could you please explain again?**	
	可以重新说明一下吗?	
	もう一度説明してくださいませんか?	
	Vui lòng giải thích lại giúp được không ạ?	
	Не могли бы вы еще раз объяснить?	
254	**Could you please turn off the air conditioner?**	
	可以关掉空调吗?	
	エアコンをけしてくれませんか?	
	Vui lòng tắt điều hòa giúp được không ạ?	
	Не могли бы вы выключить кондиционер?	
255	**Could you please turn on the air conditioner?**	
	可以开一下空调吗?	
	エアコンをつけてもらえますか?	
	Vui lòng bật điều hòa lên giúp được không ạ?	
	Не могли бы вы включить кондиционер?	
256	**Could you please take a picture?**	
	可以给我照一下相吗?	
	写真を撮ってくださいませんか?	
	Vui lòng chụp ảnh giúp cho được không ạ?	
	Не могли бы вы сфотографировать?	
257	**Could you lend me a ballpoint pen?**	
	可以借用一下圆珠笔吗?	
	ボールペンを借りてくださいませんか?	
	Vui lòng cho mượn bút bi được không ạ?	
	Не могли бы вы одолжить мне ручку?	

258	**Could you please open the door?**	
	可以给我开一下门吗?	
	門を開けていただけますか?	
	Vui lòng mở cửa ra giúp được không ạ?	
	Не могли бы вы, пожалуйста, открыть дверь?	
259	**Could you please close the door??**	
	可以关一下门吗?	
	門を閉めていただけますか?	
	Vui lòng đóng cửa giúp được không ạ?	
	Не могли бы вы, пожалуйста, закрыть дверь?	
260	**Could you give me some more kimchi?**	
	可以再给我点儿泡菜吗?	
	キムチをもっともらえますか?	
	Vui lòng cho thêm Kimchi được không ạ?	
	Не могли бы вы, пожалуйста, дать еще кимчи?	
261	**Could you show me your ID?**	
	可以给我看一下身份证吗?	
	身分証明書を見せてくださいませんか?	
	Vui lòng cho xem giấy tờ tùy thân được không ạ?	
	Не могли бы вы, пожалуйста, показать мне свое удостоверение личности?	
262	**Could you clean up?**	
	可以给我清扫一下吗?	
	掃除をしてくださいませんか?	
	Vui lòng dọn dẹp giúp cho được không ạ?	
	Не могли бы вы, пожалуйста, убраться?	
263	**Could you tell me the way?**	
	可以告诉我一下路吗?	
	道を教えてくださいませんか?	
	Vui lòng chỉ đường giúp cho được không ạ?	
	Не могли бы вы, пожалуйста, показать дорогу?	

추측: ~은/ㄴ 것 같다, ~는 것 같다, ~을/ㄹ 것 같다

264	**It looks like it rained last night.** 昨天晚上好像下了雨了. 昨夜、雨がふったようです。 Có vẻ như đêm qua trời đã mưa. Кажется, прошлой ночью был дождь.	
265	**It seems to be raining now.** 现在好像在下雨. 今雨がふっているみたいです。 Có vẻ như bây giờ trời đang mưa Кажется, сейчас идет дождь.	
266	**It looks like it will rain tomorrow.** 明天好像会下雨. 明日雨がふりそうです。 Có vẻ như ngày mai trời sẽ mưa. Кажется, завтра пойдет дождь.	
267	**Sumi seems to be too busy these days.** 秀美最近好像很忙. スミは最近忙しすぎそうです。 Hình như dạo này Sumi đang rất bận rộn. Кажется, Суми в эти дни очень занята.	
268	**It seems that many people will come to Kyoung Jin's wedding.** 敬眞的结婚典礼好像会来很多人. ギョンジンの結婚式に大勢の人が来そうです。 Dường như nhiều người sẽ đến đám cưới của Kyoung Jin lắm. Кажется, на свадьбу Кёнджина придет много людей.	
269	**I think this test will be difficult.** 这次考试好像会难. 今回の試験は難しそうです。 Có vẻ như bài thi lần này sẽ khó lắm. Кажется, этот экзамен будет сложным.	

270	**It looks like the weather will be good tomorrow.**	
	明天好像是个好天气.	
	明日天気がよさそうです。	
	Có vẻ như ngày mai thời tiết sẽ tốt.	
	Кажется, завтра будет хорошая погода.	
271	**My grandmother's health seems to be bad.**	
	奶奶的身体好像不太好.	
	おばさんの体調が良くなさそうです。	
	Hình như sức khỏe của bà không tốt.	
	Кажется, бабушка нездорова.	
272	**The wind will blow and it will rain a lot tonight.**	
	今天晚上好像会刮风下很大的雨.	
	今夜風が吹き、雨がたくさん降りそうです。	
	Hình như đêm nay gió sẽ thổi và trời sẽ mưa nhiều.	
	Кажется, сегодня ночью будетдуть ветер и сильный дождь.	

273	**I haven't eaten all day today.**	
	我今天一整天都没吃上饭.	
	私は一日中ご飯を食べませんでした。	
	Tôi đã không thể ăn cơm suốt cả ngày hôm nay.	
	Я весь день ничего не ел(-а).	
274	**You seem to be hungry.**	
	肚子应该很饿.	
	お腹空いてるみたいです。	
	Chắc là đói bụng lắm.	
	Вы, должно быть, голодны.	
275	**I cut my hair yesterday.**	
	我昨天剪了头发.	
	私は昨日髪の毛を切りました。	
	Tôi đã cắt tóc hôm qua.	
	Я вчера постригся(-лась).	
276	**I think you'll feel cool.**	
	应该很凉爽.	
	涼しそうです。	
	Chắc là mát lắm.	
	Вы, должно быть, чувствуете состояние легкости.	
277	**I passed this TOPIK test.**	
	我通过了这次韩语能力考试.	
	私は今回トピック試験に合格しました。	
	Tôi đã đậu kì thi Topik lần này.	
	В этот раз я прошел(-а) ТОПИК.	
278	**I think you'll feel good.**	
	应该很开心.	
	気分がよさそうです。	
	Chắc tâm trạng vui lắm.	
	Должно быть, вы счастливы.	

279	**I broke up with my boyfriend yesterday.**	
	昨天和男朋友分手了.	
	昨日ボーイフレンドとわかれました。	
	(Tôi) đã chia tay với bạn trai vào hôm qua.	
	Вчера я рассталась со своим парнем.	
280	**I think your heart will hurt.**	
	心里应该不是滋味.	
	心が痛そうですね。	
	Chắc là đau lòng lắm.	
	Должно быть, у вас разбито сердце.	

281	**I'm going to get married next year.**	
	我打算明年结婚.	
	私は来年結婚する予定です。するつもりです。	
	Tôi định kết hôn vào năm sau.	
	Я собираюсь жениться в следующем году.	
282	**I'm going to study abroad in Korea next winter.**	
	我打算明年冬天去韩国留学.	
	私は来年の冬、韓国へ留学する予定です。	
	Tôi định đi du học ở Hàn Quốc vào mùa đông năm sau.	
	Следующей зимой я планирую поехать учиться в Корею.	
283	**I'm going to meet my boyfriend this afternoon.**	
	我打算今天下午去见男朋友.	
	私は午後にボーイフレンドに会う予定です。	
	Tôi định gặp bạn trai vào chiều nay.	
	Я собираюсь встретиться со своим парнем сегодня после обеда.	
284	**I'm going to buy a car this month.**	
	我打算这个月买车.	
	私は今月車を買う予定です。	
	Tôi định mua xe hơi vào tháng này.	
	Я собираюсь купить машину в этом месяце.	
285	**It is about to rain now.**	
	今天下午会下雨.	
	今雨が降りそうです。	
	Bây giờ trời sắp mưa.	
	Дождь собирается.	
286	**The train is about to depart.**	
	现在火车正准备出发.	
	今汽車が出発しそうです。	
	Bây giờ tàu hỏa sắp xuất phát.	
	Поезд сейчас собирается трогаться.	

	The flowers are so pretty.	
	花真漂亮.	
287	花がきれいですね。	
	Hoa thật đẹp quá.	
	Какой красивый цветок!	
	The view is very nice.	
	景色真好.	
288	景色がいいですね。	
	Cảnh trí thật đẹp quá.	
	Какой красивый пейзаж!	
	The weather is very cold.	
	天气真冷.	
289	天気が本当に寒いです寝。	
	Thời tiết thật lạnh quá.	
	Как холодно!	
	Time really flies.	
	岁月太快.	
290	時間がすごくはやいですね。	
	Năm tháng (trôi đi) thật nhanh quá.	
	Как же время летит!	
	This food is really delicious.	
	这个食物真是太美味了.	
291	この食べ物は本当においしいですね。	
	Món ăn này thật sự ngon quá	
	Эта еда такая вкусная!	
	There's a new big restaurant over there.	
	那边开了一家大饭店.	
292	あそこに大きいレストランができましたね。	
	Thì ra ở đằng kia đã xuất hiện nhà hàng lớn.	
	Вон там появился большой ресторан!	

확인: ~이지요? / 이죠?

293	**He is a Japanese, isn't he?**	
	他是日本人，不是吗？	
	彼は日本人ですよね？	
	Anh ấy là người Nhật Bản đúng không?	
	Он японец, верно?	
294	**This movie is really interesting, isn't it?**	
	这部电影真的很有趣，不是吗？	
	この映画は本当に面白いですね。	
	Bộ phim này thật sự thú vị đúng không?	
	Этот фильм интересный, да?	
295	**This food is really delicious, isn't it?**	
	这种食物真的很好吃，不是吗？	
	この食べ物は本当に美味しいですよね？	
	Món ăn này thật sự ngon đúng không?	
	Эта еда действительно вкусная, да?	
296	**You can come to the language school, aren't you?**	
	你可以去语言学校吗？	
	あなたは語学学校に来ることができますね？	
	Ngày mai (bạn) có thể đến trung tâm đúng không?	
	Завтра (вы) сможете же прийти на курсы?	
297	**Aren't you so busy nowadays?**	
	你现在不是很忙吗？	
	あなたは最近いそがしいですね。	
	Dạo này (bạn) rất bận đúng không?	
	В эти дни (вы) очень заняты, да?	
298	**Isn't that the Incheon International Airport?**	
	那里是仁川机场吧?	
	あそこがインチョン国際空港ですね。	
	Đằng kia là sân bay quốc tế Incheon đúng không?	
	Вон там Международный аэропорт «Инчон» верно?	

	상태1 : 동사 + 아/어 있다	
299	**He stopped in front of the bank.**	
	他在银行前面停了下来。	
	彼は銀行の前で立ち止まった。	
	Anh ấy đã đứng ở trước ngân hàng.	
	Он остановился у банка.	
300	**He was standing in front of the bank.**	
	他已经站在银行前面了.	
	彼は銀行の前に立っていました。	
	Anh ấy đã đứng sẵn trước ngân hàng rồi.	
	Он стоял перед банком.	
301	**He sat in the chair.**	
	他坐在椅子上了.	
	彼は椅子に座りました。	
	Anh ấy đã ngồi trên ghế.	
	Он сел на стул.	
302	**He was sitting in a chair.**	
	他坐在椅子上。	
	彼は椅子に座っていました。	
	Anh ấy đã ngồi sẵn trên ghế rồi.	
	Он сидел на стуле.	
303	**He lay on the bed.**	
	他躺在床上了.	
	彼はベッドに横たわりました。	
	Anh ấy đã nằm trên giường.	
	Он лёг на кровать.	
304	**He was lying on the bed.**	
	他躺在床上。	
	彼はベッドに横たわっていました。	
	Anh ấy đã nằm sẵn trên giường rồi.	
	Он лежал на кровати.	

305	**The bowl is broken.**	
	碗打碎了.	
	器が割れました。	
	Cái chén đã bị vỡ.	
	Тарелка разбилась.	
306	**The bowl was broken.**	
	碗已经打碎了(的状态).	
	器が割れていました。	
	Cái chén đã bị vỡ sẵn rồi.	
	Тарелка была разбита.	
307	**The window is opened.**	
	窗户开了.	
	窓が開きました。	
	Cửa sổ đã được mở.	
	Окно открылась.	
308	**The window stayed open.**	
	窗户开着了.	
	窓が開いていました。	
	Cửa sổ đã được mở sẵn rồi.	
	Окно было открыто.	
309	**I wrote my name in the book.**	
	我在书上写了我的名字。	
	本に名前を書きました。	
	(Tôi) đã viết tên tôi lên sách.	
	Я написал (своё) имя на книге.	
310	**My name was written in the book.**	
	我的名字写在书上。	
	本私の名前が書いてありました。	
	Tên tôi đã được viết sẵn trên sách.	
	На книге было написано имя.	

311	**He wears a red hat.**	
	他戴着红色的帽子。	
	彼は赤い帽子をかぶっている。	
	Anh ấy đang đội mũ (màu) đỏ.	
	На нём красная шапка.	
312	**He wears yellow clothes.**	
	他穿着黄色的衣服。	
	彼は黄色い服を着ています。	
	Anh ấy đang mặc áo (màu) vàng.	
	Он в жёлтой одежде.	
313	**He carries a black bag.**	
	他背着一个黑色的袋子。	
	彼は黒いバッグを持っています。	
	Anh ấy đang xách cặp (màu) đen.	
	Он держит чёрную сумку.	
314	**He wears a white tie.**	
	他戴着白领带。	
	彼は白いネクタイを着ています。	
	Anh ấy đang đeo/thắt cà vạt (màu) trắng.	
	На нём белый галстук.	
315	**He carries a pink backpack**	
	他背着粉红色的背包	
	彼はピンクのバックパックを持っています	
	Anh ấy đang mang balo màu hồng.	
	У него на плечах розовый рюкзак.	
316	**He wears a gold ring.**	
	他戴着金戒指。	
	彼は金の指輪を身に着けています。	
	Anh ấy đang đeo nhẫn vàng.	
	У него золотое кольцо на пальце.	

317	**He wears gold watch.**
	他戴着金表。
	彼は金の時計をつけています。
	Anh ấy đang đeo đồng hồ vàng.
	У него золотые часы на руках.
318	**He wears brown shoes.**
	他穿着棕色的鞋子。
	彼は茶色の靴を履いています。
	Anh ấy đang mang giày màu nâu.
	Он обут в коричневые туфли.

결정, 결심, 약속: 동사 + 기로 했다

319	**I decided to quit smoking.**	
	我打算戒掉烟.	
	私はタバコを吸わないことにしました。	
	Tôi đã quyết định bỏ thuốc lá.	
	Я решил(-а) бросить курить.	
320	**I decided to lose weight this year.**	
	我计划今年减肥.	
	私は今年ダイエットをすることにしました。	
	Tôi đã quyết tâm giảm cân vào năm nay.	
	Я решил(-а) сесть на диету.	
321	**I decided to study abroad next year.**	
	我打算明年去留学.	
	私は来年に留学をすることにしました。	
	Tôi đã quyết định đi du học vào năm sau.	
	Я решил(-а) в следующем году поехать учиться в за рубеж.	
322	**I decided to study abroad in Korea next year.**	
	我打算明年去韩国留学.	
	私は来年に韓国へ留学を行くことにしました。	
	Tôi đã quyết định đi du học đến Hàn Quốc vào năm sau.	
	Я решил(-а) в следующем году поехать учиться в Корею.	
323	**We decided to get married next spring.**	
	我们打算明年结婚.	
	私たちは来年の春に結婚することにしました。	
	Chúng tôi đã quyết định kết hôn vào mùa xuân năm sau.	
	Мы решили пожениться следующей весной.	
324	**I promised to meet my friend on the weekend.**	
	我打算周末见朋友.	
	私は週末に友達に会うことにしました。	
	Tôi đã hẹn gặp bạn vào cuối tuần.	
	Я решил(-а) встретиться с другом(подругой) в эти выходные.	

325	**How long have you been learning Korean?**	
	你学习韩国语多久了?	
	あなたは韓国語をどのくらい習いましたか?	
	Bạn đã học tiếng Hàn được bao lâu rồi?	
	Как долго ты учишь корейский?	
326	**It has been 6 months since I learned Korean.**	
	我学韩国语六个月了.	
	私は韓国語を6ケ月習いました。	
	Tôi đã học tiếng Hàn được 6 tháng rồi.	
	Я изучаю корейский 6 месяцев.	
327	**It's been a year since I came to Korea.**	
	我来韩国一年了.	
	私は韓国に来て1年になりました。	
	Tôi đã đến Hàn Quốc được 1 năm rồi.	
	Прошел год с тех пор, как я приехал в Корею.	
328	**It's been 2 years since I got married.**	
	我结婚两年了.	
	私は結婚して2年になりました。	
	Tôi đã kết hôn được 2 năm rồi.	
	Я женат (замужем) 2 года.	
329	**It's passed 20 minutes since the class started.**	
	上课已经过了二十分钟.	
	授業が始めて20分すぎました。	
	Lớp học đã bắt đầu được 20 phút rồi.	
	С начала урока прошло 20 минут.	
330	**It's been 100 days since I dated my boyfriend.**	
	我和男朋友约会已经100天了。	
	彼氏と付き合ってから100日が経ちました。	
	(Tôi) đã hẹn hò với bạn trai được 100 ngày rồi.	
	Прошло 100 дней с тех пор, как я встречаюсь со своим парнем.	

	시간: 걸리다, 돈: 들다	
331	**How much did it cost to build this house?**	
	建这个房子花了多少钱?	
	この家をたてるためにいくらかかりましたか?	
	(Bạn) đã xây ngôi nhà này hết bao nhiêu (tiền)?	
	Сколько стоило построить этот дом?	
332	**It cost 100 million won to build this house.**	
	建这个房子，花费了一个亿.	
	この家をたてるのに1億ウォンかかりました。	
	(Tôi) đã xây ngôi nhà này hết 100 triệu won.	
	На строительство этого дома ушло 100 миллионов вон.	
333	**How much did it cost to buy this car?**	
	买这辆车花了多少钱?	
	この車を買うのにいくらかかりましたか?	
	(Bạn) đã mua xe hơi này hết bao nhiêu (tiền)?	
	Во сколько обошлась покупка этой машины?	
334	**It took 20 million won to buy this car.**	
	买这辆车花了两千万.	
	この車を買うのに2千万ウォンかかりました。	
	(Tôi) đã mua xe hơi này hết 20 triệu won.	
	На покупку этой машины ушло 20 миллионов вон.	
335	**How long does it take from Seoul to Busan by express train?**	
	从首尔到釜山的高速铁路需要多长时间?	
	ソウルからプサンまで高速電車でどのくらいかかりますか?	
	Từ Seoul đến Busan bằng tàu điện cao tốc thì mất bao lâu?	
	Сколько времени занимает дорога от Сеула до Пусана на скоростном поезде?	
336	**It takes 2 hours and 40 minutes from Seoul to Busan by express train.**	
	从首尔到釜山坐高铁需要2小时40分钟。	
	ソウルからプサンまで高速電車で40分かかります。	
	Từ Seoul đến Busan bằng tàu điện cao tốc thì mất 2 tiếng 40 phút.	
	Поездка на высокоскоростном поезде от Сеула в Пусан занимает 2 часа 40 минут.	

337	**How long does it take to walk from your house to school?**	
	从家到学校需要多长时间?	
	家から学校まで歩いてどのくらいかかりますか?	
	Đi bộ từ nhà đến trường mất bao lâu?	
	Сколько времени нужно, чтобы добраться от дома до школы?	
338	**It takes 10 minutes to walk from my house to school.**	
	从家走到学校需要10分钟。	
	家から学校まで歩いて10分かかります。	
	Đi bộ từ nhà đến trường mất 10 phút.	
	От дома до школы занимает 10 минут пешком.	

2. 부사어

1.   시간: 때, 전에, 후에, 동안, ~고, ~아/어서, ~면서, ~자마자, ~다가, ~부터 ~까지

2.   원인: 때문에, 덕분에, 탓에, ~아/어서, ~니까

3.   목적: 위하여, ~려고, ~러

4.   가정/조건: ~면

5.   필수조건: ~려면 ~아/어야 하다

6.   양보: ~아/어도

7.   배경, 상황: ~는데, ~은데

339	**What did you do on vacation?**	
	你放假做了什么?	
	あなたは休みの時なにをしましたか?	
	Bạn đã làm gì vào kì nghỉ?	
	Что вы делали на каникулах?	
340	**I went backpacking on the vacation.**	
	我放假的时候去背包旅行了.	
	私は休みの時リュックサック旅行をしました。	
	Tôi đã đi phượt vào kì nghỉ.	
	На каникулах я путешествовал(-а) с одним рюкзаком.	
341	**I listen to music when I study.**	
	我学习的时候听音乐.	
	私は勉強するとき、音楽を聞きます。	
	Tôi nghe nhạc khi học bài.	
	Когда занимаюсь, я слушаю музыку.	
342	**She is the most beautiful when she smiles.**	
	她笑的时候最漂亮.	
	彼女は笑う顔が一番きれいです。	
	Cô ấy đẹp nhất khi cười.	
	Когда она улыбается, она самая красивая.	
343	**I wear a mask when I go out.**	
	我外出的时候戴口罩.	
	私は外出するときマスクをつけます。	
	Tôi đeo khẩu trang khi ra ngoài.	
	Когда я выхожу на улицу, надеваю маску.	

344	**Kyoung Jin is going to buy a house before marriage.** 敬真打算结婚前买房子. ギョンジンは結婚の前に家を買おうとしています。 Kyoung Jin dự định mua nhà trước khi kết hôn. Кёнджин собирается купить дом перед свадьбой.	
345	**Sumi is planning to get TOPIK level 6 before graduation.** 秀美计划在毕业前考TOPIK6级。 スミは卒業前にTOPIK6級を取る計画です。 Sumi dự định đạt Topik cấp 6 trước khi tốt nghiệp. Суми собирается сдать 6 уровень Топика до окончания учебы.	
346	**Kyung Jin always keeps a diary before going to bed.** 敬真睡觉前，一定写日记. ギョンジンは寝る前に必ず日記を書きます。 Kyoung Jin nhất định viết nhật kí trước khi đi ngủ. Кёнджин никогда не упускает возможность вести дневник перед сном.	
347	**Eun ji wash her hands before eating.** 恩智吃饭前洗手. ウンジは食事の前に手を洗います。 Eun-Ji rửa tay trước khi ăn. Ынджи моет руки перед едой.	

348	**I want to work for a Korean company after graduation.**	
	我毕业后想在韩国的公司工作	
	私は卒業の後、韓国の会社で働きたいです。	
	Tôi muốn làm việc ở công ty Hàn Quốc sau khi tốt nghiệp.	
	После выпуска я хотел бы работать в корейской компании.	
349	**Take this medicine after meals.**	
	饭后吃这种药。	
	食事の後、この薬を飲んでください。	
	Xin hãy uống thuốc này sau khi ăn.	
	Принимайте это лекарство после еды.	
350	**This train will depart in 10 minutes.**	
	这个火车十分钟后出发.	
	この汽車は10分後出発します。	
	Tàu lửa này sẽ xuất phát sau 10 phút nữa.	
	Этот поезд отправится через 10 минут.	
351	**Sumi drank a lot of water after exercising.**	
	秀美运动后喝了很多水.	
	スミは運動した後水をたくさん飲みました。	
	Sumi đã uống nhiều nước sau khi tập thể dục.	
	После тренировки Суми выпила много воды.	
352	**Young Min washed the dishes after eating.**	
	永民饭后刷碗了.	
	ヨンミンは食事の後食器を洗いました。	
	Young-Min đã rửa chén sau khi dùng bữa.	
	Ёнмин вымыл посуду после еды.	

	시간: 동사 + ~고 = ~고 나서 = ~ㄴ/은 후에	
	My father eats and drinks coffee.	
353	父亲吃饭后喝咖啡.	
	お父さんは食事の後コーヒー飲みます。	
	Bố dùng bữa rồi uống cà phê.	
	Отец пьет чашку кофе после того, как поест.	
	My father drinks coffee and reads the newspaper.	
354	父亲喝咖啡后看新闻.	
	お父さんはコーヒーを飲んで新聞を読みます。	
	Bố uống cà phê rồi xem báo.	
	Отец читает газету после того, как выпьет кофе.	
	My father reads the newspaper and goes to the company.	
355	父亲看完新闻去公司.	
	お父さんは新聞を読んで出勤します。	
	Bố xem báo rồi đi đến công ty.	
	Отец уходит на работу после того, как просмотрит газету.	
	I cleaned up on the weekends, met friends and watched movies.	
356	我周末打扫卫生，见了朋友，看了电影.	
	私は週末に掃除をして友達にあつて映画を見ました。	
	Tôi đã dọn dẹp rồi gặp bạn rồi xem phim vào cuối tuần.	
	Я убирался по выходным, встречался с друзьями и смотрел фильмы.	
	I cleaned the weekends, met friends, and watched movies.	
357	我打扫周末，结识朋友，看电影。	
	私は週末に掃除をし、友人を出会い、映画を見ました。	
	Tôi đã dọn dẹp, đã gặp bạn và đã xem phim vào cuối tuần.	
	Я убирался по выходным, встречался с друзьями и смотрел фильмы.	

358	**Sumi worked part-time at a restaurant during the summer vacation.** 秀美暑假期间在食堂打工了。 スミは夏休みの間食堂でアルバイトをしました。 Sumi đã làm thêm ở nhà hàng trong suốt kì nghỉ hè. Во время летних каникул Суми подрабатывал в кафе.	
359	**How long will you stay in Korea?** 你会在韩国呆多久? あなたはどのくらい韓国にいる予定ですか? Bạn sẽ ở Hàn Quốc trong bao lâu? Как долго вы пробудете в Корее?	
360	**I will stay in Korea for 4 years.** 我会在韩国呆4年. 私は4年間韓国にいる予定です。 Tôi sẽ ở Hàn Quốc trong vòng 4 năm. Я буду в Корее в течение 4-х лет.	
361	**It snowed while we were sleeping.** 在我们睡觉的时候下了雪. 私たちが寝る間雪が降りました。 Trong lúc chúng tôi ngủ, tuyết đã rơi. Пока мы спали, шел снег.	
362	**While I was washing the dishes, my brother cleaned up.** 在我刷碗的时候，弟弟打扫了卫生. 私が食器洗いをする間弟は掃除をしました。 Trong lúc tôi rửa chén thì em đã dọn dẹp. Пока я мыл(-а) посуду, младшая сестра навела порядок.	
363	**My brother played computer games for 5 hours.** 弟弟打了五个小时的游戏. 弟は5時間間ゲームをしました。 Em tôi đã chơi game suốt 5 tiếng đồng hồ. Младший брат играл в игру 5 часов.	

364	**I met my friend last Sunday and watched a movie.**
	我上周日和朋友一起看了电影。
	私は先週の日曜日に友達に会って映画を見ました。
	Tôi đã gặp bạn rồi xem phim vào chủ nhật tuần trước.
	Я в прошлое воскресенье встретившись с другом сходил в кино.
365	**I bought a flower and gave it to my girlfriend.**
	我买了花送给女朋友了。
	私は花を買って彼女にあげました。
	Tôi đã mua hoa rồi tặng bạn gái.
	Я купил цветы и подарил их своей девушке.
366	**Sumi washed the apple in water and ate it.**
	秀美用水洗了苹果后吃掉了.
	スミはりんごを水に洗って食べます。
	Thảo đã rửa táo trong nước rồi ăn.
	Суми вымыла яблоко и съела его.
367	**Kyoung jin went to a coffee shop and met a friend.**
	敬真去在咖啡厅见了朋友.
	ギョンジンはカフェーに行って友達に会いました。
	Kyoung Jin đã đi đến quán cà phê rồi gặp bạn.
	Кёнджин пошёл в кофейню и встретился там с другом.
368	**Yesterday, I went to the gym with my sister and work out.**
	我昨天和姐姐一起去体育馆运动.
	私は昨日姉と体育館に行って運動をしました。
	Hôm qua tôi đã đi đến nhà thi đấu rồi tập thể dục cùng với chị gái.
	Вчера я вместе со старшей сестрой пошла в спортзал и тренировалась.

시간: 동사 + 면서

369	**I study while listening to music.**	
	我边听音乐边学习.	
	私は音楽を聞きながら勉強をします。	
	Tôi vừa nghe nhạc vừa học bài.	
	Я занимаюсь слушая музыку.	
370	**Sumi read a book while waiting for a friend at the coffee shop.**	
	秀美在咖啡厅边等朋友边读书.	
	スミはカフエーで友達を待ちながら本を読みました。	
	Sumi vừa đợi bạn ở quán cà phê vừa đọc sách.	
	Суми ожидая своего друга читал книгу в кафе.	
371	**I work part-time while attending school.**	
	我边上学边打工.	
	私は学校を通いながらアルバイトをします。	
	Tôi vừa đi học vừa làm thêm.	
	Я хожу в университет еще и подрабатываю.	
372	**He is both a singer and an actor.**	
	我即是歌手又是演员.	
	彼は歌手でまた俳優です。	
	Anh ấy vừa là ca sĩ vừa là diễn viên điện ảnh.	
	Он певец ещё и актёр.	
373	**Do not call while driving. It is dangerous.**	
	不要边开车边打电话.很危险.	
	運転しながら電話をしないでください。あぶないです。	
	Xin đừng vừa lái xe vừa gọi điện thoại. Nguy hiểm.	
	Не звоните за рулем. Это опасно.	

시간: 동사 + 면서

시간: 동사 + 자마자

374	**As soon as I arrived home, it started to rain.**	
	我一到家就开始下雨了.	
	家に到着したら雨が降り始めました。	
	Ngay sau khi về đến nhà trời đã bắt đầu mưa.	
	Как только я прибыл(-а) домой, пошел дождь.	
375	**As soon as I turned on the computer, the electricity went out.**	
	一开电脑就停电了.	
	パソコンをつけたらすぐ電気がきれました。	
	Ngay sau khi bật máy tính thì đã mất điện.	
	Как только я включил(-а) компьютер, отключилось электричество.	
376	**We broke up as soon as we met.**	
	我们刚见面就分开了.	
	私たちは会ったとたん別れました。	
	Chúng tôi đã chia tay nhau ngay sau khi gặp gỡ.	
	Мы не успели встретиться как тут же расстались.	
377	**I'm planning to marry Sumi as soon as I graduate from college.**	
	我打算大学毕业后，就和秀美结婚.	
	私は大学校を卒業したらすぐスミと結婚するよていです。	
	Ngay sau khi tốt nghiệp đại học tôi định kết hôn với Sumi.	
	Я собираюсь жениться на Суми, как только закончу университет.	

378	**It is summer vacation from today.**	
	今天开始就是暑假了.	
	今日から夏休みです。	
	Từ hôm nay là kì nghỉ hè.	
	С сегодняшнего дня начинаются летние каникулы.	
379	**It is a vacation from this Monday to next Sunday.**	
	从这周一开始到下周天休假.	
	今週の月曜日から来週の日曜日まで休暇です。	
	Từ thứ hai tuần này đến chủ nhật tuần sau là kì nghỉ.	
	Выходной с понедельника этой недели и по воскресенье следующей недели.	
380	**Sumi decided to study Korean hard from morning to night.**	
	秀美从早上到晚上一直努力学习韩国语.	
	スミは朝から夜まで韓国語の勉強を頑張ってすることにしました。	
	Sumi đã quyết định học tiếng Hàn chăm chỉ từ sáng đến đêm.	
	Суми решил с утра до вечера усердно изучать корейский.	
381	**They worked hard from sunrise to sunset.**	
	他从太阳升起到日落一直努力工作.	
	彼らは太陽が昇る時から暮れる時まで頑張って働きました。	
	Họ đã làm việc chăm chỉ từ lúc mặt trời mọc đến lúc mặt trời lặn.	
	Они трудились от восхода до захода солнца.	

시간: 동사 + 다가

382	**I slept while doing my homework yesterday.**
	我昨天做作业的时候睡着了.
	私は昨日宿題をする途中寝ました。
	Hôm qua tôi làm bài tập rồi ngủ.
	Вчера я выполняя домашнее задание заснул(-а).
383	**It was raining and it stopped..**
	下雨了，停了下来。
	雨が降っていて止まった。
	Trời đã mưa rồi tạnh.
	Дождь шёл и утих.
384	**I changed my iPhone to Galaxy while I was using it.**
	我之前用苹果手机,后来换了盖乐世galaxy.
	私はiPhoneを使っていたがギャラクシーに変えました。
	Tôi dùng Iphone rồi đã đổi sang Galaxy.
	Я перешел на Galaxy после того, как использовал iPhone.
385	**Minsu hurt his leg while playing soccer last year.**
	民秀去年踢足球的时候腿受伤了.
	ミンスは昨年サッカーする途中足を痛めました。
	Minsu đã bị thương (ở) chân khi chơi bóng đá vào năm ngoái.
	В прошлом году Минсу играя в футбол повредил ногу.
386	**Youngmin shed tears while watching the movie.**
	英敏看电影的时候流下了眼泪.
	ヨンミンは映画を見ているうちに涙が出ました。
	Youngmin đã rơi nước mắt khi xem bộ phim.
	Ёнгмин во время просмотра фильма прослезилась.
387	**I had a scary dream while sleeping.**
	我睡觉的时候做了噩梦.
	私は悪夢を見ました。
	Tôi đã mơ giấc mơ đáng sợ khi ngủ.
	Во сне мне приснился страшный сон.

388	**Sumi met her friend while walking down the street.**
	秀美走路的时候遇到了朋友.
	スミは歩いていて友達に合いました。
	Sumi đã gặp bạn khi đi trên đường.
	Суми идя по улице встретила подругу.
389	**Eunju spilled coffee while drinking coffee.**
	恩珠喝咖啡的时候洒了（咖啡）.
	ウンジュはコーヒーを飲みかけてこぼしました。
	Eunju đã làm đổ cà phê khi uống.
	Ынджу пила кофе и пролила его.

원인: 명사 + 때문에

390	**The trip was canceled because of the typhoon.**	
	因为台风，旅行被取消了.	
	台風のせいで旅行がキャンセルされました。	
	Vì cơn bão nên chuyến du lịch đã bị hủy.	
	Поездка отменена по причине тайфуна.	
391	**There was a traffic accident because of the fog.**	
	因为大雾，出了交通事故.	
	霧のせいで交通事故にあいました。	
	Vì sương mù nên tai nạn giao thông đã xảy ra.	
	Так как туман произошла автомобильная авария.	
392	**It is noisy because of the road construction.**	
	因为道路施工，所以很吵.	
	道路の工事のせいでうるさいです。	
	Vì thi công đường xá nên ồn ào.	
	Шумно, так как идет строительство дороги.	
393	**He got lung cancer from smoking.**	
	他因为吸烟，得了肺癌.	
	彼はたばこのせいで肺癌になりました。	
	Vì thuốc lá nên anh ấy đã mắc bệnh ung thư phổi.	
	Он заболел раком легких из-за курения.	

원인: 명사 + 덕분에

394	**I passed the TOPIK test thanks to my teacher.**	
	我托了老师的福，通过了韩国语能力考试.	
	私は先生のおかげでトピックに合格しました。	
	Nhờ thầy mà tôi đã đậu kì thi Topik.	
	Благодаря учителю я сдал Топик.	
395	**He succeeded in business thanks to his friend.**	
	他托了朋友的福，事业成功了.	
	彼は友達のおかげで成功しました。	
	Nhờ bạn bè mà anh ấy đã thành công trong kinh doanh.	
	Благодаря другу он преуспел в бизнесе.	

원인: 명사 + 탓에

396	**His business failed because of his friend.**	
	他因为朋友事业失败了.	
	彼は友達のせいで事業に失敗しました。	
	Tại vì bạn bè nên anh ấy đã thất bại trong kinh doanh.	
	Из-за друга он потерпел неудачу в своем бизнесе.	
397	**The airport was closed because of heavy snow.**	
	由于暴雪机场被封锁了.	
	大雪のせいで空港が閉鎖されました。	
	Tại vì bão tuyết mà sân bay đã bị đóng cửa.	
	Аэропорт закрыт из-за сильного снегопада.	

	원인: 동사/형용사 + ~아/어서	
398	**Nice to meet you.**	
	见到你很高兴.	
	お会いできてうれしいです。	
	Rất vui được gặp bạn.	
	Рад познакомиться с вами.	
399	**I'm sorry for being late.**	
	我迟到了，非常抱歉.	
	遅くなってすみません。	
	Xin lỗi vì trễ.	
	Простите за опоздание.	
400	**I'm busy these days because I have a lot of work to do.**	
	我最近事情很多，有点忙.	
	私は最近業務が多くていそがしいです。	
	Dạo này vì tôi nhiều việc nên bận rộn.	
	Я занят, так как в последнее время много дел.	
401	**Sumi has many friends because she has a good personality.**	
	秀美的性格很好，所以朋友很多.	
	隅は性格が良くて友達が多いです。	
	Vì tính cách Sumi tốt nên có nhiều bạn.	
	У Суми хороший характер, поэтому у нее много друзей.	
402	**Why do you go to the hospital?**	
	你为什么去医院?	
	あなたはどうして病院へいきますか?	
	Tại sao bạn đi đến bệnh viện?	
	Почему (вы) идёте в больницу?	
403	**I go to the hospital because I have a stomachache.**	
	我肚子疼去医院。	
	私は腹が痛くて病院へ行きます。	
	Vì tôi đau bụng nên đi đến bệnh viện.	
	Я иду в больницу из-за боли в животе.	

404	**Why do you learn Korean?**
	你为什么学习韩语？？
	あなたはなぜ韓国語を学びますか？
	Tại sao bạn học tiếng Hàn?
	Почему (вы) учите корейский язык?
405	**I study Korean because I like Korean.**
	我喜欢韩语，所以学习韩语。
	私は韓国語が良くて勉強します。
	Vì tôi thích tiếng Hàn nên học tiếng Hàn.
	Я учу корейский, так как он мне нравится.
406	**Sumi studied hard so she became a scholarship student.**
	秀美努力学习，成为了奖学金获得者。
	スミは一生懸命勉強して奨学生になりました。
	Vì Sumi học hành chăm chỉ nên đã trở thành học sinh nhận học bổng.
	Суми стала стипендиатом, потому что она много училась.
407	**Kyoung Jin became a singer because he was good at singing.**
	敬真唱歌唱得很好，成为了歌手.
	ギョンジンは歌が上手で歌手になりました。
	Vì Kyoung Jin hát hay nên đã trở thành ca sĩ.
	Кёнгджин стал певцом, потому что он хорошо поёт.

408	**Since it rains a lot, shall we go home early?**	
	雨下得很大，可以早点下班吗?	
	大雨だから早く退勤しましょうか?	
	Vì trời mưa lớn nên mình tan làm sớm nhé?	
	Так как идёт сильный дождь может мы пораньше пойдём с работы домой?	
409	**It rains a lot, so let's go home early.**	
	雨下得很大，我们早点下班吧.	
	大雨だから早く退勤しましょう。	
	Vì trời mưa lớn nên mình tan làm sớm thôi.	
	Так как идёт сильный дождь давайте пораньше уйдём с работы домой.	
410	**It's raining a lot, so go home early.**	
	雨下得很大，请早点下班.	
	大雨だから早く退勤してください。	
	Vì trời mưa lớn nên xin hãy tan làm sớm.	
	Так как идёт сильный дождь пораньше с работы уходите домой.	
411	**The door was open when I arrived home.**	
	到家后，发现门开着。	
	家についたらドアが開けてました。	
	Về đến nhà mới thấy cửa đã được mở sẵn.	
	Я прибыл домой, а дверь была открыта.	
412	**There were many people when I went to the department store.**	
	去了百货商店，人很多。	
	デパートに行ったら人でいっぱいでした。	
	Đi đến trung tâm thương mại mới thấy đã có nhiều người.	
	Я пошёл в универмаг, а там было много людей.	
413	**There was no money in the bag when I opened it.**	
	打开包，里面没有钱。	
	カバンを開けたらお金がありませんでした。	
	Mở cặp ra mới thấy đã không có tiền.	
	Я открыл сумку, а денег не было.	

	He quit smoking for his health.	
	为了健康，他戒烟了.	
414	彼は健康のためにタバコをやめました。	
	Anh ấy đã bỏ thuốc lá vì sức khỏe.	
	Он бросил курить ради своего здоровья.	
	I pray for my family every day.	
	我每天为家人祈祷.	
415	私は家族のために毎日祈ります。	
	Tôi cầu nguyện mỗi ngày vì gia đình.	
	Я каждый день молюсь за свою семью.	
	The soldier gave his life for the country.	
	那位军人为了国家献出了自己的生命.	
416	その軍人は国家のために命をささげました。	
	Người quân nhân đó đã hiến dâng mạng sống vì đất nước.	
	Тот солдат отдал жизнь за страну.	
	He studied hard to make his dream come true.	
	他为了实现自己的梦想努力学习.	
417	彼は夢をかなえるために一所懸命勉強しました。	
	Anh ấy đã học hành chăm chỉ để thực hiện được ước mơ.	
	Он много учился для того, чтобы осуществить свою мечту.	
	He worked hard to make money.	
	他为了挣钱，努力工作.	
418	彼はお金を稼ぐために頑張って働きました。	
	Anh ấy đã làm việc chăm chỉ để kiếm tiền.	
	Он много работал для того, чтобы заработать.	
	He saved money hard to go on a trip abroad.	
	他为了去海外旅游，努力攒钱.	
419	彼は海外旅行に行くために頑張ってお金を稼ぎました。	
	Anh ấy đã tiết kiệm tiền chăm chỉ để đi du lịch nước ngoài.	
	Он много копил для того, чтобы поехать в путешествие за границу.	

420	**He did his best to win the game.**
	他为了能够赢比赛，全力以赴.
	彼は競技出勝つために最前をつくしました。
	Anh ấy đã làm hết sức để chiến thắng ở trận đấu.
	Он приложил все усилия, чтобы выиграть в соревновании.
421	**What do you live for?**
	你为什么活着?
	あなたは何のために生きていますか?
	Bạn sống vì điều gì?
	Для чего ты живешь?
422	**Who do you live for?**
	你为了谁活着?
	あなたはだれのために生きていますか?
	Bạn sống vì ai?
	Для кого ты живешь?

목적: 동사 + ~려고 + 일반동사

423	**Why do you study Korean?**
	你为什么学习韩国语?
	あなたはなぜ韓国語の勉強をしますか?
	Vì sao bạn học tiếng Hàn?
	Почему ты изучаешь корейский?
424	**I study Korean to get a job at a Korean company.**
	我为了在韩国就业，学习韩国语.
	私は韓国の会社に就職するために韓国語を学びます。
	Tôi học tiếng Hàn để xin việc ở công ty Hàn Quốc.
	Я изучаю корейский язык, чтобы устроиться на работу в корейскую компанию
425	**I study Korean to study abroad.**
	我为了去韩国留学，学习韩国语.
	私は留学をするために韓国語の勉強をします。
	Tôi học tiếng Hàn để đi du học.
	Я изучаю корейский, чтобы поехать учиться за рубеж.
426	**Sumi entered medical school to become a doctor.**
	秀美为了成为医生，上了医大.
	スミは医者になるために医大に入学しました。
	Sumi đã nhập học vào đại học Y để trở thành bác sĩ.
	Суми поступила в медицинский институт, чтобы стать врачом.
427	**He bought a gift for his wife.**
	他为了妻子给她买了礼物.
	彼は家内にあげるためにプレゼントを買いました。
	Anh ấy đã mua quà để tặng cho vợ.
	Он купил подарок, чтобы подарить своей жене.
428	**Kyoung Jin works out every day to lose weight.**
	敬眞为了减肥，每天在运动.
	ギョンジンはダイエットをするために毎日運動します。
	Kyoung Jin tập thể dục mỗi ngày để giảm cân.
	Кёнджин каждый день занимается спортом, чтобы похудеть.

목적: 동사 + ~(으)러 + 이동동사

429	**Sumi goes to an English language school to learn English.** 秀美为了学习英语，去英语辅导班. スミは英語を習うために英語塾にかよいます。 Sumi theo học ở trung tâm tiếng Anh để học tiếng Anh. Суми посещает курсы, чтобы выучить английский.	
430	**I went to the coffee shop to meet my friend yesterday.** 我昨天为了见朋友，去了咖啡厅。 私は昨日友達にあってカフエーに行きました。 Hôm qua tôi đã đi đến quán cà phê để gặp bạn. Вчера я пошел в кофейню, чтобы встретиться со своим другом.	
431	**Sumi is going to the bank to withdraw money.** 秀美为了取钱，打算去银行. スミはお金を引き出すために銀行に行こうとしています。 Sumi đã đi đến ngân hàng để rút tiền. Суми собирается пойти в банк, чтобы снять деньги.	
432	**Sumi went to the library to borrow a book yesterday.** 秀美昨天为了借书，去了图书馆. スミは昨日本を借りるために図書館に行きました。 Hôm qua Sumi đã đi đến thư viện để mượn sách. Суми вчера пошла в библиотеку, чтобы взять книгу.	
413	**Sumi went to the department store to buy clothes.** 秀美为了买衣服，去了百货商店. スミは服を買うためにデパートに行きました。 Mở cặp ra mới thấy đã không có tiền. Я открыл сумку, а денег не было.	

434	**I want to travel around the world if I earn a lot of money.**	
	我赚了很多钱就想去世界旅行。	
	私はお金持ちなつたら世界旅行がしたいです。	
	Nếu kiếm được nhiều tiền, tôi muốn du lịch thế giới.	
	Если я много зарабатаю, я хочу поехать в путешествие по миру.	
435	**If you study hard, you will pass the exam.**	
	努力学习的话，就可以通过考试.	
	一生懸命勉強をすると試験に合格するでしょう。	
	Nếu học hành chăm chỉ thì sẽ vượt qua kì thi.	
	Если будете усердно учиться, то сдадите экзамен.	
436	**I sing when I feel good.**	
	我心情好的话，就会唱歌.	
	私は気分がいいと歌を歌います。	
	Nếu tâm trạng vui thì tôi hát.	
	Если у меня хорошее настроение, то я пою.	
437	**I can't sleep when I drink coffee.**	
	我喝咖啡的话，就睡不着觉.	
	私はコーヒーを飲むと眠れません。	
	Nếu tôi uống cà phê thì không ngủ được.	
	Если я выпью кофе, то я не могу уснуть.	
438	**I'm going to go to the theater when I meet my friend tomorrow.**	
	明天见到朋友，打算去剧场.	
	あした友達に会つたら映画館に行くつもりです。	
	Nếu ngày mai gặp bạn thì tôi định đi đến nhà hát.	
	Если завтра я встречу друга, то собираюсь пойти в театр.	

439	**If you want to study in Korea, you have to pass the TOPIK test.**	
	要想去韩国留学，必须通过韩国语能力考试（TOPIK）.	
	韓国へ留学したいならトピック試験に合格しなければなりません。	
	Nếu muốn đi du học Hàn Quốc thì phải đạt kì thi Topik.	
	Чтобы учиться в Корее, вы должны сдать Топик.	
440	**You need to know the password to open this door.**	
	要想打开这道门，必须知道密码.	
	このドアを開けるためにはパスワードを知らなければなりません。	
	Nếu muốn mở cánh cửa này thì phải biết mật khẩu.	
	Вам необходимо знать пароль, чтобы открыть эту дверь.	
441	**You need a student ID to borrow a book from the library.**	
	要想在图书馆借书，必须有学生证.	
	図書館で本を借りるなら学生証がなければなりません。	
	Nếu muốn mượn sách ở thư viện thì phải có thẻ học sinh.	
	Чтобы взять книгу в библиотеке, нужно иметь студенческий билет.	
442	**You must have a receipt to exchange items.**	
	要想交换物品，就必须有数据.	
	荷物を交換するならレシートがなければなりません。	
	Nếu muốn đổi hàng thì phải có hóa đơn.	
	Чтобы обменять товар, вы должны иметь квитанцию.	
443	**To be good at Korean, you have to like Korean.**	
	要想学好韩语，就必须喜欢韩语。	
	韓国語が上手になるためには韓国語がすきじゃなければなりません。	
	Nếu muốn giỏi tiếng Hàn thì phải thích tiếng Hàn.	
	Чтобы хорошо владеть корейским, он должен нравиться вам.	

444	**No matter how much I exercise, I don't lose weight.**	
	无论我运动多少，我都不会减肥。	
	低いくら運動しても痩せません。	
	Cho dù tập thể dục đi chăng nữa thì vẫn không giảm cân.	
	Сколько бы я ни тренировался, я не похудею.	
445	**No matter how much medicine I take, my cold doesn't heal.**	
	不管我吃多少药，我的感冒都无法治愈。	
	どれだけ薬を飲んでも風邪は治りません。	
	Cho dù uống thuốc đi chăng nữa vẫn không khỏi cảm.	
	Сколько бы лекарства я не принимаю, моя простуда не вылечивается.	
446	**No matter how tired I am, I have to do my homework.**	
	不管我多么累，我都必须做功课。	
	どんなに疲れていても宿題をしなければなりません。	
	Cho dù mệt đi chăng nữa vẫn phải làm bài tập.	
	Как бы ты ни устал, нужно сделать домашнее задание.	
447	**Sumi is always happy even if she doesn't have money.**	
	秀美就算没钱也一直很幸福。	
	スミはお金がなくても、常に幸せです。	
	Cho dù Sumi không có tiền đi chăng nữa thì vẫn luôn hạnh phúc.	
	Тао всегда счастлив, даже если у него нет денег.	
448	**Please come no matter how busy you are.**	
	再忙也一定要来。	
	どんなに忙しくてもぜひ来てください。	
	Cho dù bận đi chăng nữa (nhưng) xin hãy nhất định đến.	
	Как бы вы не были заняты, обязательно приходите, пожалуйста.	

449	**It's raining, but I don't have an umbrella.**	
	下雨，我没有雨伞。	
	雨が降るのに、傘がないです。	
	Trời mưa mà tôi không có dù.	
	Дождь идёт, а зонта та нет.	
450	**I played table tennis with Sumi, and I won.**	
	我打了秀美和乒乓球，我赢了。	
	私はスミはと卓球をした私勝ちました。	
	Đánh bóng bàn với Hằng, tôi đã thắng.	
	Играл в сумы и настольный теннис. Я выиграл.	
451	**Should I close the window because it's cold?**	
	太冷了关上窗户怎么样?	
	寒いですが窓を閉めましょうか?	
	Lạnh thật, đóng cửa sổ nhé?	
	Холодно же, может закрыть окно?	
452	**I'm a little busy today, should we meet next time?**	
	今天有点忙下次见怎么样?	
	今日はちょっと忙しいですが次回に会いましょうか?	
	Hôm hay hơi bận, lần sau mình gặp nhé?	
	Я сегодня немного занят, может встретимся в следующий раз?	

3. 관형어, 간접화법, 존칭, 비교/최상급, 기타

	목적: 동사 + ~려고 + 일반동사	
453	**This apple is big.**	
	这个苹果大.	
	このりんごは大きいです。	
	Quả táo này to.	
	Это яблоко большое.	
454	**This apple is as big as a watermelon.**	
	这个苹果像西瓜一样大.	
	このりんごはすいかぐらい大きいです。	
	Quả táo này to bằng quả dưa hấu.	
	Это яблоко размером с арбуз.	
455	**This apple is bigger than a watermelon.**	
	这个苹果比西瓜还要大.	
	このりんごはすいかよりもっと大きいです。	
	Quả táo này to hơn quả dưa hấu.	
	Это яблоко больше арбуза.	
456	**This apple is the biggest in Korea.**	
	这个苹果是韩国最大的苹果.	
	このりんごは韓国で一番大きいです。	
	Quả táo này to nhất ở Hàn Quốc.	
	Это яблоко - самое большое яблоко в Корее.	
457	**Seoul is crowded.**	
	首尔很复杂.	
	ソウルは複雑です。	
	Seoul phức tạp.	
	Сеул сложен.	
458	**Seoul is as crowded as Bangkok.**	
	首尔像曼谷一样复杂.	
	ソウルはバンコクのほど複雑です。	
	Seoul phức tạp như Bangkok.	
	Сеул так же многолюден, как и Бангкок.	

459	**Seoul is more crowded than Cheonan.**	
	首尔比天安更复杂.	
	ソウルはチョンアンより複雑です。	
	Seoul phức tạp hơn Cheonan.	
	Сеул более многолюден, чем Чхонан.	
460	**Cheonan is less crowded than Seoul.**	
	天安没有首尔复杂.	
	チョンアンはソウルよりふくざつではありません。	
	Cheonan ít phức tạp hơn Seoul.	
	Чхонан менее многолюден, чем Сеул.	
461	**Seoul is the most crowded city in Korea.**	
	首尔在韩国最复杂.	
	ソウルは韓国で一番複雑です。	
	Seoul phức tạp nhất ở Hàn Quốc.	
	Сеул - самый многолюдный город Кореи.	
462	**Sumi is good at singing.**	
	秀美唱歌唱得好.	
	スミは歌が上手です。	
	Sumi hát hay.	
	Суми хорошо поет.	
463	**Sumi sings as well as a singer.**	
	秀美像歌手一样唱歌唱得好.	
	スミは歌手のように歌が上手です。	
	Sumi hát hay như ca sĩ.	
	Суми поет (так же) как певица.	
464	**Sumi sings better than a singer.**	
	秀美比歌手唱歌唱得还要好.	
	スミは歌手より歌が上手です。	
	Sumi hát hay hơn ca sĩ.	
	Суми поет лучше певицы.	

465	**Sumi sings the best in my class.**	
	秀美在我们班唱歌唱得最好.	
	スミは私たちのクラスで一番歌が上手です。	
	Sumi hát hay nhất trong lớp tôi.	
	Суми поет лучше всех в нашем классе.	
466	**Sumi sings the best among the students in my class.**	
	秀美是我们班中唱歌唱得最好的.	
	スミは私たちのクラスの学生の中で一番歌が上手です。	
	Sumi hát hay nhất trong số các học sinh lớp tôi.	
	Суми - лучшая певица среди одноклассников.	
467	**I love my parents the most in the world.**	
	在这个世界上我最爱我的父母.	
	私は世界中で両親が一番好きです。	
	Tôi yêu bố mẹ của tôi nhất trên thế gian.	
	Я люблю своих родителей больше всего на свете.	
468	**Mother's love is higher than the sky and deeper than the sea.**	
	母亲的爱比天还要高，比大海还要深.	
	お母さんの愛は空より高くて、海より深いです。	
	Tình yêu của mẹ cao hơn bầu trời và sâu hơn biển cả.	
	Материнская любовь выше неба и глубже моря.	

469	**About 20 people came to the birthday party.**	
	生日派对来了20位左右的人.	
	誕生日のパーティーに20名ぐらい来ました。	
	Khoảng 20 người đã đến tiệc sinh nhật.	
	На день рождения пришло около 20 человек.	
470	**It takes about 2 hours and a half by express train from Seoul to Busan.**	
	从首尔到釜山坐高铁需要2个小时左右.	
	ソウルからプサンまで高速電車で2時間半ぐらいかかります	
	Từ Seoul đến Busan (đi) bằng tàu điện cao tốc mất khoảng 2 tiếng rưỡi	
	Дорога на скоростном поезде из Сеула в Пусан занимает около двух с половиной часов.	
471	**I have learned Korean for about two months.**	
	我学了2个月左右的韩国语.	
	私は韓国語を2ケ月ぐらい学びました。	
	Tôi đã học tiếng Hàn khoảng 2 tháng.	
	Я изучаю корейский почти два месяца.	
472	**Korea's population is about 50 million people.**	
	韩国人口大概5000万左右.	
	韓国の人口は約五千万人ぐらいです。	
	Dân số Hàn Quốc được khoảng 50 triệu người.	
	Население Кореи составляет примерно 50 миллионов человек.	

형용사, 동사 → 명사: ~는 것, ~기, ~음/ㅁ

473	**Studying Korean is really interesting.**	
	学习韩语真的很有趣。	
	韓国語の勉強することは本当におもしろいです。	
	Việc học tiếng Hàn rất thú vị.	
	Изучать корейский действительно интересно.	
474	**My younger brother likes to cook.**	
	我的弟弟（妹妹）喜欢做料理.	
	私は弟は料理することが好きです。	
	Em tôi thích việc nấu ăn.	
	Мой младший брат любит готовить.	
475	**The easiest thing in the world is studying.**	
	世界上最简单的事情就是学习.	
	世界で一番易しいことは勉強することです。	
	Việc dễ nhất trên thế gian này là việc học.	
	Самое легкое дело в мире - это учиться	
476	**There are Korean speaking, listening, reading, and writing tests tomorrow.**	
	明天有韩国语口语，听力，阅读，写作考试.	
	明日韓国語のスピーキング、ヒヤリング、リーデイング、ライテイングの試験があります。	
	Ngày mai có bài thi nói, nghe, đọc, viết tiếng Hàn.	
	Завтра у нас будет тест по аудированию, чтению, письму и устный тест корейского языка.	
477	**There is joy and sorrow in life.**	
	人生有快乐，有悲伤.	
	人生には喜びと悲しみがあります。	
	Cuộc sống có niềm vui và nỗi buồn.	
	В жизни бывает радость и печаль.	

478	**Please cut my hair short.**	
	请给我剪个短发.	
	髪を短く切ってください。	
	Xin hãy cắt tóc ngắn giúp cho.	
	Пожалуйста, подстригите мои волосы коротко.	
479	**That store sells clothes cheaply.**	
	那家店衣服卖得便宜.	
	あの店は服を安く売っています。	
	Cửa hàng kia bán áo rẻ.	
	Тот магазин продает одежду дешево.	
480	**Enjoy your meal.**	
	请慢用	
	美味しく食べてください。	
	Chúc ngon miệng.(Xin hãy ăn ngon miệng).	
	Приятного аппетита.	
481	**I enjoyed the meal.**	
	我吃完了	
	こちそうさまでした。	
	Tôi đã ăn ngon miệng.	
	Вкусно поел. / С удовольствием поел.	
482	**Have a good rest.**	
	好好休息.	
	ゆっくり休んでください。	
	Xin hãy nghỉ ngơi thoải mái.	
	Наслаждайтесь отдыхом.	
483	**Be quiet.**	
	请安静.	
	静かにしてください。	
	Xin hãy giữ im lặng.	
	Будьте потише.	

	형용사 → 동사: 형용사 + 아/어하다	
484	**He likes me.**	
	我喜欢他。	
	彼は私が好きです。	
	Anh ấy thích tôi.	
	Он нравиться мне.	
485	**He likes me.**	
	他喜欢我。	
	彼は私のことが好きです。	
	Anh ấy thích tôi.	
	Он нравиться мне.	
486	**I hate him.**	
	我讨厌他.	
	私は彼のことがきらいです。	
	Tôi không thích anh ấy.	
	Я ненавижу его.	
487	**I hate him.**	
	我讨厌他.	
	私は彼のことがきらいです。	
	Tôi không thích anh ấy.	
	Я ненавижу его.	
488	**I'm afraid of snakes.**	
	我怕蛇.	
	私は蛇が怖いです。	
	Tôi sợ rắn.	
	Я боюсь змей.	
489	**I'm afraid of snakes.**	
	我害怕蛇.	
	私は蛇を怖がっています。	
	Tôi sợ rắn.	
	Я боюсь змей.	

490	**It's getting hot.**	
	天气变热了.	
	天気が暑くなりました。	
	Thời tiết đã trở nên nóng hơn.	
	Погода стала жарче.	
491	**It became cold after it rained.**	
	雨后天气变冷了.	
	雨が降つたあとに天気が寒くなりました。	
	Sau khi trời mưa thời tiết đã trở nên lạnh hơn.	
	После дождя стало похолодало.	
492	**I fell in love with the man.**	
	我喜欢上了那个男人。	
	私は彼のことが好きになりました。	
	Tôi đã trở nên thích anh ấy hơn.	
	Мне стал нравиться тот мужчина.	
493	**The economy has gotten worse these days.**	
	最近变得不太景气.	
	最近景気が悪くなりました。	
	Dạo này kinh tế đã trở nên xấu dần.	
	В последнее время экономика ухудшилось.	
494	**My grades improved because I studied hard.**	
	努力学习，成绩变好了.	
	一生懸命勉強して成績がよくなりました。	
	Vì học hành chăm chỉ nên thành tích đã trở nên tốt hơn.	
	Так как я усердно занимался моя успеваемость улучшилась.	

	I have come to love football.	
	我喜欢上了足球.	
495	私はサッカーが好きになりました。	
	Tôi đã trở nên thích bóng đá hơn.	
	Я полюбил футбол.	
	I became healthy by exercising every day.	
	我每天运动后，变得健康了.	
496	私は毎日運動をして健康になりました。	
	Mỗi ngày tập thể dục, tôi đã trở nên khỏe mạnh hơn.	
	Я тренировался каждый день и стал здоровым.	
	I was hospitalized because of a traffic accident.	
	我因为交通事故，入院了.	
497	私は交通事故で入院することになりました。	
	Tôi (buộc) phải nhập viện vì tai nạn giao thông	
	Я был(-а) госпитализирован(-а) из-за автомобильной аварии.	
	It has been decided to go back to Korea next week.	
	我下周将要去韩国.	
498	私は来週韓国へ帰ることになりました。	
	Tuần sau tôi (buộc) phải đi Hàn Quốc.	
	На следующей неделе я еду (вынужден поехать) в Корею.	

499	**There is milk in the refrigerator.**	
	冰箱里有牛奶.	
	冷蔵庫に牛乳があります。	
	Trong tủ lạnh có sữa.	
	В холодильнике есть молоко.	
500	**There is only milk in the refrigerator.**	
	冰箱里面，只有牛奶.	
	冷蔵庫に牛乳だけあります。	
	Trong tủ lạnh chỉ có sữa.	
	В холодильнике есть только молоко.	
501	**There is nothing except milk in the refrigerator.**	
	冰箱里面除了牛奶，什么都没有.	
	冷蔵庫に牛乳しかありません。	
	Trong tủ lạnh không có gì ngoài sữa.	
	В холодильнике кроме молока ничего нет.	
502	**Only I work out in the morning.**	
	只有我早上运动.	
	私だけ朝運動をします。	
	Chỉ mình tôi tập thể dục vào buổi sáng.	
	Утром тренируюсь только я.	
503	**I work out only in the morning.**	
	我只在早上运动.	
	私は朝だけ運動します。	
	Tôi tập thể dục chỉ vào buổi sáng.	
	Я тренируюсь только утром.	
504	**I do nothing but work out in the morning.**	
	我早上就做运动.	
	私は朝に運動だけします。	
	Tôi chỉ tập thể dục vào buổi sáng.	
	Утром я занимаюсь только тренирками.	

505	**Only Kyoung Jin likes Sumi.**	
	只有敬眞喜欢秀美.	
	ギョンジンだけスミが好きです。	
	Chỉ có Kyoung Jin thích Sumi.	
	Только Кёнгджин любит Суми.	
506	**Kyoung Jin likes only Sumi.**	
	敬眞只喜欢秀美.	
	ギョンジンはスミだけ好きです。	
	Kyoung Jin chỉ thích Sumi.	
	Кёнджину нравится только Суми.	
507	**You're the only one in my heart.**	
	在我心里只有你一人.	
	私の心にはあなただけです。	
	Trong lòng tôi chỉ có bạn.	
	В моем сердце есть только ты.	
508	**I have none except you in my heart.**	
	在我心里除了你没别人.	
	私の心にはあなたしかありません。	
	Trong lòng tôi không có ai ngoài bạn.	
	В моем сердце нет никого, кроме тебя.	
509	**Only you know my mind.**	
	只有你了解我的心.	
	ただあなただけが私の心を知っています。	
	Chỉ có mình bạn hiểu lòng tôi.	
	Только ты знаешь мое сердце.	

510	**He works out every morning.**
	他每天早上/每天早上运动.
	彼は毎朝運動をします。
	Anh ấy tập thể dục vào mỗi buổi sáng.
	Он тренируется каждое утро/ по утрам.
511	**He always smiles.**
	他经常笑.
	彼は常に笑います。
	Anh ấy luôn luôn cười.
	Он всегда улыбается.
512	**He often goes to the coffee shop.**
	他经常去咖啡厅.
	彼はしばしばカフェーに行きます。
	Anh ấy thường xuyên đi đến quán cà phê.
	Он часто ходит в кофейню.
513	**He sometimes goes to the beach.**
	他偶尔去海边.
	彼は時々海辺に行きます。
	Anh ấy thỉnh thoảng đi biển.
	Он иногда ходит на пляж.

종별사

514	**There are four students in the classroom.**	
	在教室有四位学生.	
	教室に学生が四人います。	
	Trong lớp học có 4 người học sinh.	
	В классе четыре ученика.	

515	**There are two apples in the refrigerator.**	
	冰箱里有两个苹果.	
	冷蔵庫にりんごが二つあります。	
	Trong tủ lạnh có 2 quả táo.	
	В холодильнике есть два яблока.	

516	**There is a dog in the house.**	
	家里有一只狗.	
	家に犬が一匹います。	
	Ở nhà có 1 con chó	
	Дома есть одна собака.	

517	**Please give me a piece of paper.**	
	请给我一张纸.	
	紙一枚ください。	
	Xin hãy cho một tờ giấy.	
	Дайте, пожалуйста, мне листок бумаги.	

518	**Kyoung Jin drank two bottles of beer.**	
	敬眞喝了两瓶啤酒.	
	ギョンジンはビールを二本飲みました。	
	Kyoung Jin đã uống hai chai bia.	
	Кёнджин выпил две бутылки пива.	

519	**Please give me a cup of water.**	
	请给我一杯水.	
	水一杯ください。	
	Xin hãy cho (tôi) một ly nước.	
	Дайте, пожалуйста, мне стакан воды.	

520	**A cup of coffee, please.**	
	请给我一杯咖啡.	
	コーヒー一杯ください。	
	Xin hãy cho (tôi) một ly cà phê.	
	Дайте, пожалуйста, мне чашку кофе.	
521	**There are five planes at the airport.**	
	机场里有五架飞机.	
	空港に飛行機が五台あります。	
	Có 5 chiếc máy bay ở sân bay.	
	В аэропорту стоят пять самолетов.	
522	**There is a ship in the sea.**	
	海上有一艘船.	
	海に船が一艘あります。	
	Có 1 chiếc thuyền trên biển.	
	В море стоит (один) корабль.	
523	**There are ten trees in the garden.**	
	庭院里有十棵树.	
	庭に木が十本あります。	
	Có 10 cái cây trong vườn.	
	В саду (есть) десять деревьев.	
524	**He gave me a flower.**	
	他给了我一枝花.	
	彼は私に一輪の花をあげました。	
	Anh ấy đã tặng cho tôi 1 bông hoa.	
	Он подарил мне (один) цветок.	
525	**I gave him a bunch of flowers.**	
	我给了他一束花.	
	私は彼に花束をあげました。	
	Tôi đã tặng cho anh ấy 1 bó hoa.	
	Я подарила ему букет цветов.	

526	**I'm going to watch two movies this weekend.**	
	我打算这周末看两部电影.	
	私は今週末に映画を2編見ようとしています。	
	Tôi định xem 2 bộ phim vào cuối tuần này.	
	Я собираюсь посмотреть два фильма в эти выходные.	
527	**I have three pairs of shoes at home.**	
	家里有三双皮鞋.	
	家に靴が三足あります。	
	Có 3 đôi giày ở nhà.	
	У меня дома три пары обуви.	
528	**He bought a suit in Hoian.**	
	他在会安买了一套西装。	
	彼はホイアンでスーツを買った。	
	Anh ấy mua một bộ đồ ở Hội An.	
	Он купил костюм в Хойане.	

529	**I know her.**	
	我知道她.	
	私は彼女を知っています。	
	Tôi biết cô ấy.	
	Я знаю её.	
530	**What are you making now?**	
	（你）在做什么?	
	あなたは今何を作りますか?	
	Bây giờ đang làm gì vậy?	
	Что (вы) делаете сейчас?	
531	**He sells vegetables and fruits at the market.**	
	他在市场卖蔬菜和水果.	
	彼は市場で野菜とくだものを売ります。	
	Anh ấy bán rau và trái cây ở chợ.	
	Он продает овощи и фрукты на рынке.	
532	**The children play in the park.**	
	孩子们在公园里面玩耍.	
	子供たちが公園で遊びます。	
	Những đứa trẻ chơi đùa ở công viên.	
	Дети играют в парке.	
533	**I live in Seoul.**	
	我在首尔生活.	
	私はソウルで暮します。	
	Tôi sống ở Seoul.	
	Я живу в Сеуле.	

534	**My heart was broken**	
	我很心痛	
	私は心が痛かったです。	
	Tôi đã đau lòng.	
	У меня болела душа.	
535	**I was very happy to meet my hometown friend.**	
	我很开心见到了家乡的朋友.	
	私はふるさとの友達にあって本当にうれしかったです。	
	Vì gặp bạn cùng quê nên tôi đã rất vui.	
	Я был очень счастлив встретив своего земляка.	
536	**I couldn't exercise last week because I was busy.**	
	我上周太忙了，没有办法运动.	
	私は先週忙しくて運動ができませんでした。	
	Tuần trước vì rất bận nên tôi đã không thể tập thể dục.	
	На прошлой неделе я не мог тренироваться, потому что был занят.	
537	**I wrote a letter to her.**	
	我给她写了一封写.	
	私は彼女に手紙を書きました。	
	Tôi đã viết thư cho cô ấy.	
	Я написал ей письмо.	
538	**The clothes were too big.**	
	衣服太大了.	
	服が大きすぎました。	
	Áo quá rộng.	
	Одежда была слишком большой.	

동사, 형용사 불규칙: 르 + 아/어

539	**She had his hair cut.** 那个女生剪了头发. 彼女は髪を切りました。 Cô ấy đã cắt tóc. Она постриглась.
540	**He was different from the average person.** 他和普通人不一样. 彼は平凡な人とは違いました。 Anh ấy khác với người bình thường. Он отличался от обычного человека.
541	**He sang in the karaoke room.** 他在练歌房唱了歌. 彼はカラオケで歌を歌いました。 Anh ấy đã hát ở quán karaoke. Он пел в караоке-зале.
542	**He was faster than me.** 他比我快. 彼は私より早かったです。 Anh ấy đã nhanh hơn tôi. Он был быстрее меня.
543	**She chose a pretty dress.** 她选了漂亮的衣服. 彼女はきれいな服を選びました。 Cô ấy đã chọn áo đẹp. Она выбрала красивую одежду.

	동사, 형용사 불규칙: 'ㅂ'+ 모음 → 우/오 + 모음	
	It was so hot yesterday.	
	昨天太热了.	
544	昨日はすごく暑かったです。	
	Hôm qua trời đã rất nóng.	
	Вчера было так(очень) жарко.	
	Kimchi was a bit spicy.	
	泡菜稍微有些辣.	
545	キムチは少し辛かったです。	
	Kimchi hơi cay.	
	Кимчи было немножко острым.	
	He helped me.	
	他帮助了我.	
546	彼は私を助けてくれました。	
	Anh ấy đã giúp đỡ tôi.	
	Он помог мне.	
	He wore a hanbok.	
	他穿了韩服.	
547	彼はハンボクを着ました。	
	Anh ấy đã mặc Hanbok.	
	Он одел ханбок.	
	I think the classroom will be narrow because there are many students.	
	学生太多教室太窄了.	
548	学生が多くて教室が狭そうです。	
	Vì học sinh nhiều nên dường như phòng học sẽ hơi chật.	
	Похоже в классе будет тесно, потому что много студентов.	

549	He asked me for my name.	
	他问了我的名字.	
	彼は私に名前を尋ねました。	
	Anh ấy đã hỏi tên tôi.	
	Он спросил у меня моё имя.	
550	I've heard her voice before.	
	我听过她的声音.	
	私は彼女の声を聞いたことがあります。	
	Tôi đã từng nghe qua giọng nói của cô ấy.	
	Я слышал её голос раньше.	
551	He goes to school by walk.	
	他走着去学校.	
	彼は歩いて学校へ行きます。	
	Anh ấy đi bộ đến trường.	
	Он ходит в школу пешком.	
552	He closed the door.	
	他关了门.※ 关，接，相信，（问，埋）	
	彼はドアを閉めました。	
	Anh ấy đã đóng cửa.	
	Он закрыл дверь.	
553	He trusted me.	
	他相信了我.	
	彼は私のことを信じました。	
	Anh ấy đã tin tôi.	
	Он мне верил / доверял.	
554	I got a gift from my boyfriend.	
	我从男朋友那收到了礼物.	
	私は彼からプレゼントをもらいました。	
	Tôi đã nhận quà từ bạn trai.	
	Я получила подарок от своего парня.	

	동사, 형용사 불규칙: ㅅ + 모음 → 탈락	
555	**He cooked rice.**	
	他做了饭.	
	彼はご飯を炊きました	
	Anh ấy đã nấu cơm.	
	Он сварил рис.	
556	**I recovered from my illness thanks to my doctor.**	
	托医生的福，我的病好了。	
	私は医者先生のおかげで病が治りました。	
	Nhờ bác sĩ mà bệnh (tôi) đã đỡ hơn nhiều.	
	Я вылечился от болезни благодаря врачу.	

	My mother is cooking.
	母亲在做料理.
557	母親が料理をなさっています。
	Mẹ nấu ăn.
	Мама готовит.
	My grandmother is eating a meal.
	奶奶在吃饭.
558	お祖母さんが食事を召し上がっています。
	Bà đang dùng bữa.
	Бабушка ест.
	I gave my mother a gift.
	我给了母亲礼物.
559	私は母親にプレゼントをさしあげました。
	Tôi đã biếu quà cho mẹ.
	Я сделал(-а) маме подарок.
	My mother gave me a gift.
	母亲给了我礼物.
560	母親は私にプレゼントをくださいました。
	Mẹ đã tặng quà cho tôi.
	Моя мама подарила мне подарок.
	The boss told the employees.
	社长对职员们讲了话.
561	社長は社員たちにおっしゃいました。
	Giám đốc đã nói với nhân viên.
	Директор сказал сотрудникам.
	My great-grandmother passed away this morning.
	今天早上曾祖母去世了.
562	今朝曾祖母がお隠れになりました。
	Sáng hôm nay bà cố đã qua đời.
	Сегодня утром скончалась моя прабабушка.

563	**My parents are hometown now.**	
	我的父母现在在家乡.	
	私の両親は今故郷にいらっしやいます。	
	Bố mẹ tôi bây giờ đang ở quê.	
	Мои родители сейчас в родном городе.	
564	**My grandfather is sleeping.**	
	爷爷在睡觉.	
	お祖父さんはお休みになさつています。	
	Bà đang ngủ.	
	Дедушка спит.	
565	**I am going to meet my teacher tomorrow.**	
	我打算明天去见老师.	
	私は明日先生に謁する予定です。	
	Ngày mai tôi định sẽ gặp thầy.	
	Я собираюсь навестить моего учителя завтра.	
566	**My grandmother is sick these days.**	
	最近奶奶身体不适.	
	最近お祖母さんの具合いが悪いです。	
	Dạo này bà không khỏe.	
	Моя бабушка сейчас больна.	
567	**I took my grandmother to the hospital.**	
	我带奶奶去了医院.	
	私はお祖母さんに随従して病院へ行きました。	
	Tôi đã đưa bà đi đến bệnh viện.	
	Я повез(-ла) бабушку в больницу.	
568	**Boss, congratulations on your son's marriage.**	
	社长，恭喜您儿子结婚.	
	社長、ご子息の結婚をおめでとうございます。	
	Thưa giám đốc, chúc mừng đám cưới của con trai ngài.	
	Уважаемый директор, поздравляю вашего сына с женитьбой.	

569	**Sumi said, "The weather is too hot."**	
	秀美说"天气太热."	
	スミは"天気がすごく暑いです"と言いました。	
	Sumi đã nói: "Trời nóng quá"	
	Суми сказала: «Очень жарко».	
570	**Sumi said the weather was too hot.**	
	秀美说天气太热了.	
	スミは天気がすごく暑いと言いました。	
	Sumi đã nói rằng trời nóng quá.	
	Суми сказала, что очень жарко.	
571	**Sumi said the weather was too hot.**	
	秀美说天气太热.	
	スミは天気がすごく暑いと言いました。	
	Sumi đã nói rằng trời nóng quá.	
	Суми говорит, что очень жарко.	
572	**Sumi said, "I am an office worker.""**	
	秀美说"我是公司职员."	
	スミは"私は会社員です。"と言いました。	
	Sumi đã nói: "Tôi là nhân viên công ty".	
	Суми сказала: «Я - сотрудник компании».	
573	**Sumi said she was an office worker.**	
	秀美说自己是公司职员.	
	スミは自分が会社員だと言いました。	
	Sumi đã nói rằng mình là nhân viên công ty.	
	Суми сказала, что она сотрудник компании.	
574	**Sumi said she was an office worker.**	
	秀美说自己是公司职员.	
	スミは自分が会社員だと言いました。	
	Sumi đã nói rằng mình là nhân viên công ty.	
	Суми говорит, что она сотрудник компании.	

575	**Sumi said to me, "Come quickly."**	
	秀美对我说，"快来."	
	スミは私に"早く来てください"と言いました。	
	Sumi đã nói với tôi: "Xin hãy đến nhanh lên".	
	Суми сказала мне: «Скоре иди сюда».	
576	**Sumi told me to come quickly.**	
	秀美说，让我快点来.	
	スミはわたしに早く来てほしいと言いました。	
	Sumi đã bảo tôi đến nhanh lên.	
	Суми велела мне прийти поскорее.	
577	**Sumi told me to come quickly.**	
	秀美说，让我快点来.	
	スミはわたしに早く来てほしいと言いました。	
	Sumi đã bảo tôi đến nhanh lên.	
	Суми велит мне прийти поскорее.	
578	**Sumi asked me, "What time are you coming tomorrow?"**	
	秀美问我，"明天几点来?"	
	スミは私に"明日何時に来ますか?"と尋ねました。	
	Sumi đã hỏi tôi: "Ngày mai đến lúc mấy giờ vậy?"	
	Суми спросила меня: «В какое время ты завтра придешь?»	
579	**Sumi asked me what time I'm coming tomorrow.**	
	秀美问我明天几点来.	
	スミは私に明日何時に来るのか尋ねました。	
	Sumi đã hỏi tôi rằng ngày mai đến lúc mấy giờ.	
	Суми спросила, в какое время я приду завтра.	
580	**Sumi asked me what time I'm coming tomorrow.**	
	秀美问我明天几天来.	
	スミは私に明日何時に来るのか尋ねました。	
	Sumi đã hỏi tôi rằng ngày mai đến lúc mấy giờ.	
	Суми спросила, в какое время я приду завтра.	

581	**Sumi told me, "Don't drink alcohol."** 秀美对我说:"不要喝酒." スミは私に"お酒を飲まないでください。" と言いました。 Sumi đã nói với tôi: "Xin đừng uống rượu". Суми сказала мне: «Не пей алкоголь».	
582	**Sumi told me not to drink alcohol.** 秀美说,不让我喝酒. スミは私にお酒を飲まないでほしいと言いました。 Sumi đã bảo tôi đừng uống rượu nữa. Суми посоветовал мне не пить алкоголь.	
583	**Sumi told me not to drink alcohol.** 秀美说不让我喝酒. スミは私にお酒を飲まないでほしいと言いました。 Sumi đã bảo tôi đừng uống rượu nữa. Суми говорит мне не пить алкоголь.	
584	**Sumi said to me, "Let's get married."** 秀美对我说:"我们结婚吧." スミは私に " 結婚しましょう。" と言いました。 Sumi đã nói với tôi: "Chúng mình kết hôn thôi". Суми сказала мне: «Давай поженимся».	
585	**Sumi asked me to marry her.** 秀美说我们结婚吧。 スミは私に結婚してほしいと言いました。 Sumi đã bảo tôi hãy cùng kết hôn. Суми предложила мне жениться на ней.	
586	**Sumi asked me to marry her.** 秀美说我们结婚吧。 スミは私に結婚してほしいと言いました。 Sumi đã bảo tôi hãy cùng kết hôn. Суми предлагает мне жениться на ней.	

	관형어: 동사 + ㄴ/은/는/을 + 명사, 형용사 + ㄴ/은 + 명사	
587	**This is the book that I read.**	
	这是我读过的书.	
	これは私が読んだ本です。	
	Cái này là sách tôi đã đọc.	
	Это книга, которую я прочитал.	
588	**This is the book I read.**	
	这是我正在读的书.	
	これは私が読んでいる本です。	
	Cái này là sách tôi đang đọc.	
	Это книга, которую я читаю.	
589	**This is the book I will read.**	
	这是我将要读的书.	
	これは私がこれから読む本です。	
	Cái này là sách tôi sẽ đọc.	
	Это книга, которую я прочту.	
590	**Sumi bought clothes at the department store yesterday.**	
	秀美昨天在百货店买了衣服.	
	スミは昨日デパートで服を買いました。	
	Hôm qua Sumi đã mua áo ở trung tâm thương mại.	
	Вчера Суми купила одежду в универмаге.	
591	**Sumi with long hair bought clothes at the department store yesterday.**	
	长头发的秀美，昨天在百货店买了衣服.	
	髪が長いスミは昨日 デパートで服を買いました。	
	Hôm qua Sumi tóc dài đã mua áo ở trung tâm thương mại.	
	Длинноволосая Суми вчера купила одежду в универмаге.	

592	**Sumi bought clothes at the department store yesterday when it rained a lot.** 秀美在雨下得很大的昨天，在百货商店买了衣服. スミは雨がたくさん降った昨日、デパートで服を買いました。 Hôm qua trời mưa nhiều, Sumi đã mua áo ở trung tâm thương mại. Суми вчера, в дождливый день, в универмаге купила одежду.	
593	**Sumi bought clothes at the department store next to the station yesterday.** 秀美昨天在车站旁边的百货商店买了衣服. スミは昨日駅の横にあるデパートで服を買いました。 Hôm qua Sumi đã mua áo ở trung tâm thương mại bên cạnh ga tàu. Вчера Суми купила одежду в универмаге рядом с вокзалом.	
594	**Sumi bought clothes for her friend's wedding at the department store yesterday.** 秀美昨天在百货商店买了朋友婚礼上要穿的衣服. スミは昨日デパートで友達の結婚式で着る服を買いました。 Hôm qua Sumi đã mua áo sẽ mặc ở đám cưới bạn ở trung tâm thương mại. Вчера в универмаге Суми купила одежду, которую наденет на свадьбе подруги.	
595	**Sumi with long hair bought clothes for her friend's wedding at a department store next to the station yesterday when it rained a lot.** 雨下得很大的昨天，长头发的秀美在车站旁边的百货商店买了朋友婚礼上要穿的衣服. 髪が長いスミは雨がたくさん降った昨日、駅の横にあるデパートで友達の結婚式で着る服を買いました。 Hôm qua trời mưa nhiều, Sumi tóc dài đã mua áo mà sẽ mặc ở đám cưới bạn ở trung tâm thương mại bên cạnh ga tàu. Длинноволосая Суми вчера купила одежду, которую наденет на свадьбе подруги, в универмаге рядом с вокзалом.	

596	**On rainy days, Sumi drinks coffee at a coffee shop with a nice atmosphere.**	
	下雨天，秀美在气氛好的咖啡厅喝着咖啡.	
	雨が降る日にはスミは雰囲気がいいカフェーでコーヒーを飲む。	
	Vào một ngày trời mưa, Sumi uống cà phê tại một quán cà phê có bầu không khí tốt.	
	В дождливый день Суми в уютной кофейне пьет кофе.	
597	**People who are good at work manage their time well.**	
	擅长工作的人很会管理时间。	
	仕事がよくできる人たちは時間の管理が上手だ。	
	Những người làm việc giỏi là những người giỏi quản lí thời gian	
	Люди, которые хорошо работают, хорошо распоряжаются своим временем.	
598	**Those who succeed are not afraid of change.**	
	成功人士一般不惧怕变化无常.	
	成功する人たちは変化することを怖がらない。	
	Những người thành công không sợ sự thay đổi.	
	Те, кто добивается успеха, не боятся перемен.	
599	**The most important time in life is now.**	
	人生最重要的时刻，就是现在.	
	人生で一番大切なときはただ今であります。	
	Thời điểm quan trong nhất trong cuộc đời chính là bây giờ.	
	Самое важное время в жизни - это «сейчас».	
600	**The most important person in my life is the person I am meeting now.**	
	人生中最重要的人是我正在交往的人。	
	人生で一番大切な人は今私と会っている人です。	
	Người quan trọng nhất trong cuộc đời là người mà mình đang gặp gỡ.	
	Самый важный человек в жизни - это тот человек, с которым я встречаюсь сейчас.	

06

기타

—

1	2	3	4	5	6
7	8	9	10	11	12
15	19	20	23	30	35
40	47	50	60	70	80
90	99	100	101	110	123
345	567	973	1000	1010	1234

9876	10,000	12,345	95,726
100,000	101,010	200,675	783,908

1,000,000	10,000,000	100,000,000	1,000,000,000	10,000,000,000	100,000,000,000	1000,000,000,000

1,083,313,928	9,876,543	12,345,678	4,386,824,017	143,786,012
91,234,567,890,123	365,901,872,786	86,390,621,067	12,034,903	234,567,891,012

1 + 2 = 3	6 – 4 = 2	6 × 7 = 42	12 ÷ 4 = 3	0.123
3/4	100%	11:30	- 15℃	100,210㎢

부정법		서술문, 의문문				명령문, 청유문	
		안		못		말다 (~지 말다)	
		안	~지 않다	못	~지 못하다	~지 마세요	~지 맙시다
동사							
형용사							

놀라운 한국어: 격식체 구어체 문어체									
	현재			과거			미래		
	격식체	구어체	문어체	격식체	구어체	문어체	격식체	구어체	문어체
가다	갑니다	가요	간다	갔습니다	갔어요	갔다	갈 것입니다	갈 거예요	갈 것이다
만나다									
먹다									
있다									
없다									
알다									
만들다									
오다									
배우다									
마시다									
그리다									
내다									
하다									
사랑하다									
이다									
크다									
다르다									
쉽다									
좁다									
듣다									
믿다									

기초문법 총정리

주어	부사어			간접목적어	목적어	서술어

주어

누가
무엇이
저는
제가
당신은/이
그는/가
그녀는/가
그들은/이
이것은/이
저것은/이
그것은/이
여기는/가
저기는/가
거기는/가
수미가
호중이
의사가
선생님이
너야말로
(주어강조)

부사어

*** 시간**
언제
방학 때(에)
운동할 때에
운동 후에
운동한 후에
운동하고 나서
운동하고
체육관에 가서 운동했다
운동 전에
운동하기 전에
방학 동안
운동하는 동안
한국어를 배운 지
결혼한 지
요리하면서/며 노래를 부릅니다.
집에 도착하자마자
비가 왔습니다.
월요일부터 토요일까지
오늘부터

*** 동작의 전환**
길을 건나가 친구를 만났다.
영화를 보다가 눈물을 흘렸다.

*** 장소/방향**
어디에/에서
여기에/에서
저기에/에서
학교에/에서
회사에/에서
한국에/에서
어디로, 여기로,
저기로, 학교로,
회사로, 한국으로

*** 조건, 가정**
열심히 공부하면
다시 태어나면

*** 필수조건**
한국어를 잘하려면~해야
하다/되다/~하세요
한국어를 잘하고 싶으면

*** 양보**
아무리 운동해도
약을 먹어도

*** 자격**
학생으로서, 의사로서,
부모로서

*** 이유(원인)**
왜
배가 아파서 병원에 갔습니다.
비가 오니까 택시를 탑시다.
태풍 때문에
학생이기 때문에
선생님 덕분에
성격이 좋은 덕분에
친구 탓에
성격이 급한 탓에
태풍으로 여행이 취소되었다.
넘어지는 바람에 다리를 다쳤다.

*** 수단, 도구, 재료**
그는 자전거로 학교에 갑니다.
그는 가위로 종이를 잘랐습니다.
그는 나무로 의자를
만들었습니다.
시험 볼 때 연필로 쓰세요.

간접목적어

누구에게,
저에게,
당신에게,
그에게,
그녀에게,
그들에게,
꽃에,
나무에,
회사에,
학교에

목적어

누구를, 어디를,
무엇을,
저를, 당신을,
그를, 그녀를,
그들을, 타를,
이것을, 저것을,
여기를, 저기를,
무슨 음식을
좋아해요?
어떤 남자를 좋아해요?

*** 부정어**
안 먹다, 먹지 않다, 못 먹다, 먹지 못 하다
안 공부하다, 못 공부하다,
안 예쁘다, 예쁘지 않다
못 예쁘다, 예쁘지 못하다
그는 한국 사람이 아니다
가지 마세요, 가지 마
가지 맙시다, 가지 말자

*** 계획**
가려고 합니다.

*** 가까운 미래**
비가 오려고 합니다.

*** 계획, 결심, 약속**
내년에 결혼하기로 했습니다
담배를 끊기로 했습니다

*** 상태**
빨간 모자를 쓰고 있습니다
의자에 앉아 있습니다

*** 도움**
노래를 불러 주었습니다.
숙제를 도와 주었습니다.

*** 궁금**
저 사람이 누구인지 알아요?
저 사람이 누구인지 몰라요

*** 경험**
가 보았습니다.
간 적이 있습니다.
가 본 적이 있습니다.

*** 시간 & 돈**
운전을 배우는 데 두 달 걸렸습니다.
차를 고치는 데 30만원 들었습니다.

*** 추측1**
비가 온 것 같습니다.
비가 오는 것 같습니다.
비가 올 것 같습니다.

*** 마음을 추측**
기분이 좋겠습니다.
배가 고프겠습니다.
마음이 아프겠습니다.

서술어

*** 이다**
누구입니까? 어디입니까?
무엇입니까?
학생입니다, 남자입니다.
한국 사람입니다,
서울입니다,
설악산입니다,
휴대폰입니다.

*** 동사, 형용사 시제**
갑니다/먹습니다
갔습니다/먹었습니다
갈 것입니다/ 먹을 것입니다
가고 있습니다/ 먹고 있습니다
가는 중입니다/ 먹는 중입니다
회의 중입니다

*** 동사, 형용사 불규칙**
압니다, 팝니다
예뻤습니다, 바빴습니다
추웠습니다, 매웠습니다
걸었습니다, 들었습니다
잘랐습니다, 물렀습니다

*** 가능, 능력**
갈 수 있습니다/갈 수 없습니다
수영을 할 수 있습니다/할 줄 압니다

*** 부탁**
잠깐만 기다려 주세요
잠깐만 기다려 주시겠습니까

*** 허락**
가도 됩니까? 가도 됩니다.

*** 금지**
가면 안 됩니다. 가지 마세요.

*** 의무**
가야 합니다/됩니다.

*** 면제**
안 가도 됩니다. 가지 않아도 됩니다

*** 감탄**
예쁘네요, 예쁘군요, 예쁘군, 예쁘구나

*** 희망**
가고 싶습니다. 갔으면 좋겠습니다.

*** 동일, 따라함**
누구도,
저도,
타오도,
이것도

*** 무엇을 선택해도 좋음**
누구든지, 언제든지, 어디든지,
무엇이든지

*** 동반**
나와/과 (함께/같이)

*** 배경 / 상황**
비가 오는데, 배가 고픈
데, 보고 싶은데, 축구 시
합을 했는데

*** 자격**
학생으로서, 의사로서,
부모로서

*** 목적**
한국어를 배우러 학원에 갑니다.
유학을 가려고
한국어를 배웁니다.
건강을 위해서/위하여/위해
꿈을 이루기 위해서/위하여/위해

*** 종별사**
학생 한 명, 개 한 마리, 종이 한 장, 책 열 권,
맥주 두 병, 물 한 컵, 커피 한 잔, 콜라 한 병,
컴퓨터 다섯 대, 배 한 척, 나무 열 그루, 꽃 한 송이,
꽃 한 다발, 영화 세 편, 양복 한 벌,
신발 한 켤레, 집 한 채,

*** 형용사/동사 → 명사**
공부하는 것, 공부하기, 공부함

*** 형용사 → 부사**
크다-크게, 편하다-편하게, 편히

*** 형용사 → 동사**
좋다→1) 좋아하다, 2) 좋아지다(변화)

*** about**
백명 쯤/정도/가량, 약 백명 쯤/정도/가량

*** 변화/피동, 운명**
좋아하게 되다, 한국에 가게 되다

*** 존칭**
가시다, 계시다, 주무시다, 드시다,
말씀하시다, 편찮으시다, 돌아가시다, 댁,
성함, 분, 연세, 생신, 따님, 아드님, 드리다,
여쭙다, 뵙다, 모시다

*** 빈도부사**
영원히, 항상/늘/언제나, 자주, 가끔, 거의,
전혀, 아침마다, 매일, 하루종일, 오후 내내
일주일 내내, 한 달 내내, 일 년 내내, 평생

*** 비교**
천사같이 착하다, 천사처럼 착하다, 천사만큼 착하다,
천사보다 (더) 착하다. 서울은 방콕보다 덜 덥다.

*** best**
베트남에서 가장 아름답다,
학생들 중에서 가장 키가 크다.

*** 간접화법**
평서문: ~다고 (말)했다/~대요
명령문: ~라고 (말)했다/~래요
의문문: ~냐고 물었다/했다/~내요
청유문: 자고 했다/~재요
이다: ~이라고 했다/~이래요

*** 직접화법** ' ... "라고 (말)했다/물었다

*** 관형어**
내가 읽은 책, 내가 읽는 책,
내가 읽을 책, 머리가 긴 여자
성격이 좋은 남자

---

	* and	* or	* but
명사	사과와 수박, 수박과 사과	사과나 수박, 수박이나 사과	*
동사, 형용사	예쁘고 똑똑하다.	밥을 먹거나 빵을 먹는다.	키가 작지만 힘은 세다
문장	그리고	또는 / 혹은	하지만 / 그러나

AMAZING
KOREAN
놀라운
한국어